AF449007

രക്തബിന്ദം

Nadakkavu, Kozhikode, Kerala, 673011
www. insightpublica. com
e-mail: insightpublica@gmail.com
Title: **Onchiyam**
(Malayalam)
Author: **V.K. Suresh**
Compiled & Edited: V. S. Anilkumar
First Edition: May 2022
Calligraphy: Sasi Varsha
Cover&Layout: kjvj@insight
Copyright © Reserved
All rights reserved.
Printed and Published by
InsightinPublica Printers & Publishers Pvt. Ltd.
ISBN 978-93-90535-53-8

All rights reserved. No part of this publication may be reproduced,
stored in a retrieval system, or transmitted, in any form, or by any means,
electronic, mechanical, photocopying, recording or otherwise,
without the prior permission of the publisher

വി.കെ.സുരേഷ്

സമാഹരണം / സംയോജനം
വി.എസ്.അനില്‍കുമാര്‍

വടകര താലൂക്കിൽ ഏറാമല സ്വദേശി.അമ്മ ശാരദ, അച്ഛൻ കുഞ്ഞി രാമൻ. കോഴിക്കോട് സർവകലാശാല കുഞ്ഞാലി മരയ്ക്കാർ സെന്റർ ഫോർ വെസ്റ്റ് ഏഷ്യൻ സ്റ്റഡീസിൽ നിന്നും ചരിത്രത്തിൽ എം.എ. തലശ്ശേരി ക്രൈസ്റ്റ് കോളജിൽ നിന്നും മലയാള സാഹിത്യത്തിൽ എം.എ, കണ്ണൂർ യൂണിവേഴ്സിറ്റിയിൽ നിന്നും യോഗിക് സയൻസിൽ ബിരുദാനന്തര ബിരുദ ഡിപ്ലോമ, കോഴിക്കോട് ഭാരതീയവിദ്യാഭവ നിൽ നിന്നും ജേർണലിസത്തിൽ ബിരുദാനന്തര ബിരുദ ഡിപ്ലോമ, ഋഷികേശിലെ ശിവാനന്ദ സ്ക്കൂൾ ഓഫ് യോഗ വേദാന്ത ഫോറസ്റ്റ് അക്കാദമിയിൽ പഠനം.

കൃതികൾ - തമ്പ് പറഞ്ഞ ജീവിതം (ഡി സി ബുക്സ്) സർക്കസ് ലോകത്തെ പെൺജീവിതം (ഗ്രീൻ ബുക്സ്) ത്രിപുര ചുവപ്പിൽ പടരുന്ന കാവി, എം.ജി.എസ് വാക്കും ചിന്തയും (ഫിംഗർ ബുക്സ്), ഒരു കമ്യൂണി സ്റ്റിന് പടിയിറങ്ങുമ്പോൾ പറയാനുള്ളത് (പൂർണ പബ്ലിക്കേഷൻസ്) മയ്യഴിയിലെ ഇമ്പികൾ (ന്യൂ ബുക്സ്) ഫെമിനിസവും ഫോക്ലോറും (ജനം പബ്ലിക്കേഷൻസ്)

കോഴിക്കോട് ആകാശവാണി പ്രാദേശിക വാർത്താ വിഭാഗത്തിൽ കാഷ്വൽ ന്യൂസ് എഡിറ്റർ, ചന്ദ്രിക ആഴ്ചപ്പതിപ്പിൽ സബ് എഡിറ്റർ.

ഭാര്യ - മിനി.ടി.പി

മക്കൾ - ഋതുപർണ, എയ്ഥൽ

വിലാസം: വട്ടക്കണ്ടിയിൽ, ഏറാമല, ഓർക്കാട്ടേരി

e mail - vksura123@gmail.com

വി.കെ.സുരേഷ്

കേരളം ഉണ്ടായത്

കേരളം ഉണ്ടായത് എങ്ങനെയെന്ന ചോദ്യത്തിന് ഒരൊറ്റ ഉത്തരമേയുള്ളൂ; രക്തരൂഷിത സമരത്തിലൂടെ. സ്വാതന്ത്ര്യ സമരത്തിന്റെ ഭാഗമായും അല്ലാതെയും കമ്മ്യൂണിസ്റ്റ് പാർട്ടികൾ നടത്തിയ വിട്ടുവീഴ്ചയില്ലാത്ത പോരാട്ടത്തിന്റെ ഫലമാണ് ഇന്നത്തെ കേരളം. മധ്യവർഗ ജീവിതത്തിന്റെ സുഖശീതളിമയിൽ ജീവിക്കുന്ന മലയാളിയെ സംബന്ധിച്ച് രക്തരൂഷിതമായ ഇത്തരം പോരാട്ടങ്ങൾ ഓർമ്മിക്കുക എന്നതു പോലും അസഹനീയമായിത്തീരാം. വികസന ത്തിന്റെ വർണശബളിമയിൽ പോരാട്ടത്തിന്റെയും ത്യാഗത്തിന്റെയും ഉണങ്ങാത്ത രക്തക്കറ പതിഞ്ഞിരിപ്പുണ്ട്. ആലസ്യത്തിന്റെ സുഷ്മ പ്ലിയിൽ കഴിയുന്ന ഈ കാലത്ത് അത് മലയാളിയെ വീണ്ടും ഓർമ്മി പ്പിക്കണം എന്ന് ഞങ്ങൾ കരുതുന്നു. അതൊരു ചരിത്ര നിയോഗമാ ണെന്ന് മനസ്സിലാക്കുന്നു. പ്രസാധനം പ്രക്ഷുബ്ധതയുടെ പ്രകാശനം എന്നത് സത്യസന്ധതകൊണ്ട് അടയാളപ്പെടുന്ന മായാത്ത ഒരു വാക്കിന്റെ വാഗ്ദാനമാണ്. അതുകൊണ്ടാണ് കേരളത്തിന്റെ സമരച രിത്രം ഒരു പരമ്പരയായി പുറത്തിറക്കാൻ ഞങ്ങൾ തീരുമാനിച്ചത്. ആദ്യഘട്ടത്തിൽ കയ്യൂർ, മുനയൻകുന്ന്, കാവുമ്പായി, പാടിക്കുന്ന്, മൊറാഴ, ഒഞ്ചിയം, ഇടപ്പള്ളി, പുന്നപ്ര-വയലാർ, ശൂരനാട് തുടങ്ങി ഒമ്പത് പുസ്തകങ്ങൾ അടങ്ങിയ പരമ്പരയാണ് പ്രസിദ്ധീകരിക്കുന്നത്. മറ്റ പ്രധാന സമരചരിത്രങ്ങൾ അടുത്തഘട്ടത്തിൽ പ്രസിദ്ധീകരിക്കാൻ കഴിയും എന്ന് ഞങ്ങൾ കരുതുന്നു. കഴിഞ്ഞ രണ്ടു വർഷമായി മലയാള ത്തിന്റെ പ്രിയപ്പെട്ട എഴുത്തുകാരൻ വി.എസ്. അനിൽകുമാർ ഇതിനുള്ള നിരന്തര പരിശ്രമങ്ങളിലായിരുന്നു. അനിയേട്ടനോട് അതിരറ്റ സ്നേഹം. സമയബന്ധിതമായി ചരിത്രരചന പൂർത്തീകരിച്ച എഴുത്തുകാരോടും സ്നേഹവും കൃതജ്ഞതയും രേഖപ്പെടുത്തി ഈ പരമ്പര കേരളത്തിന് സമർപ്പിക്കുന്നു.

സുമേഷ് ഇൻസൈറ്റ്

സമരചരിത്രപരമ്പര

വി. എസ്. അനിൽകുമാർ

ന്നെയിൽ നിന്ന് തൊണ്ണൂറു കിലോമീറ്റർ അകലെ ഗഡിയം എന്ന കുഗ്രാമത്തിലേക്കും ഹരിയാനയിലെ റോത്തക്കിൽ നിന്ന് നാല്പതു കിലോമീറ്റർ അകലെ ഫർമാനയിലേക്കും മധുരൈയിൽ നിന്ന് പന്ത്രണ്ട് കിലോമീറ്റർ അകലെ കീഴടിയിലേക്കും പല കാലങ്ങ ളിലായി യാത്ര ചെയ്ത് എത്തിയപ്പോൾ ആദ്യം ഉണ്ടായ വികാരം ഒരേ പോലുള്ളതായിരുന്നു. കനത്തു പെരുത്തു കയറിയ ആദരവ്, വിനയം.

ഇന്ന് ഫർമാന, സമ്പന്നമായയതും ഗഡിയവും കീഴടിയും ദരിദ്രമായയതും ആയ കൃഷിയിടങ്ങളാണ്. പക്ഷെ നമ്മുടെ പ്രപിതാമഹന്മാർ ആയി രക്കണക്കിന് വർഷങ്ങൾക്കു മുമ്പ് ജീവിച്ച ഇടങ്ങളാണവ. കുറേദൂരം ഉരുളൻ കല്ലുകൾ ചവിട്ടി കഷ്ടപ്പെട്ട് ഗഡിയത്തിലെത്തിയാൽ ആദി മാനവർ വാണിരുന്ന ഒരു ഗുഹ കാണാം. വളരെ പഴയ കാലത്തെ ജനവാസത്തിന്റെ തെളിവുകൾ കീഴടി ഖനനത്തിൽ കിട്ടുകയുണ്ടായി. അതിന് ഹാരപ്പൻ സംസ്കൃതിയെക്കാൾ പഴക്കമുണ്ടാകാം എന്നാണ് അനുമാനം. ഫർമാനയാകട്ടെ അവിടെയൊരു ഹാരപ്പൻ പട്ടണം ഒളി പ്പിച്ചുവച്ചു. അത് പതുക്കെ പുറത്തെടുത്തു നോക്കുകയായിരുന്നു, ഞങ്ങൾ എത്തുമ്പോൾ.

സകല സൗകര്യങ്ങളും (fecilities) ഉള്ള ജീവിതത്തിൽ നിന്ന് എത്തി, ഈ ഇടങ്ങളിൽ നില്ലുമ്പോൾ, എല്ലാ സംഘടനത്തങ്ങളും സംഘഗാനങ്ങളും വിശപ്പും അസൗകര്യങ്ങൾ സൃഷ്ടിക്കുന്ന കഠിനമായ യാതനകളും നിലവിളികളും ചരിത്രത്തിലെ ഏട്ടുകളിൽ മറിയുന്നത് അനുഭവപ്പെട്ടും. അവരുടെ ജീവിതവും നമ്മുടെ ജീവിതവും തമ്മിൽ

യാതൊരു താരതമ്യവും സാദ്ധ്യമല്ല. അവരുടെ ജീവിതം നിരന്തരമായ പോരാട്ടങ്ങളുടേയും സഹനങ്ങളുടേയും ശേഖരമാണ്.

കേരളീയമായ കമ്മ്യൂണിസ്റ്റ് പോരാട്ടങ്ങളുടെ ത്യാഗ-വീര-സഹന ചരിത്രത്തിലൂടെ കടന്നുപോകുമ്പോൾ അതേ ആദരവ്, അതേ വിനയം കനത്തു വരുന്നു...ഇതിനെക്കുറിച്ചൊക്കെ എന്തെങ്കിലും എഴുതാൻ പോലും എനിക്കെന്ത് അർഹത എന്ന സംശയമുണ്ടാകുന്നു. കാരണം അതിക്രൂരവും അതിശക്തവുമായ ഭരണ-സാമൂഹിക ക്രമത്തോട് കൃത്യമായി പടയുണ്ടാക്കി, കൊണ്ടും കൊട്ടത്തും, അപ്പോഴല്ലെങ്കിൽ കുറച്ച കഴിഞ്ഞ് ലക്ഷ്യത്തിലെത്തിയ വീരചരിതങ്ങളാണെല്ലാം. ഹിംസ സ്വന്തം ശരീരത്തിൽ അനുഭവിക്കാനുള്ളതു മാത്രമല്ല തിരിച്ച കൊട്ടക്കാ നുള്ളതു കൂടിയാണ് എന്ന പ്രത്യയശാസ്ത്രപരമായ തിരിച്ചറിവ് ഉണ്ടാക്കി യെടുത്തു നടത്തിയ സമരങ്ങളാണെല്ലാം.

ലക്ഷ്യശുദ്ധിയോടൊപ്പം മാർഗ്ഗശുദ്ധിയും അനിവാര്യമാണെന്ന് നിർബ്ബന്ധം പിടിക്കുന്നവരുണ്ട്. നല്ല ആശയമാണത്. പക്ഷെ പണി യെടുത്തു തളർന്ന വീഴുമ്പോഴും വിശന്ന് കരയേണ്ടി വരികയും പല വിധമായ അപമാനങ്ങളും വിവേചനങ്ങളും പീഡനങ്ങളും അനുഭവിക്കേ ണ്ടിവരികയും ചെയ്ത കർഷകരും തൊഴിലാളികളും പടയെടുക്കുമ്പോൾ മാത്രമാകരുത് ഈ നല്ല ആശയം പ്രചരിപ്പിക്കേണ്ടത്. തങ്ങളുടെ അത്യാഗ്രഹങ്ങൾക്കനുസരിച്ച് കാര്യങ്ങൾ നടക്കാൻ വേണ്ടി ഏതു നില വാരത്തിലുള്ള അക്രമവും നടത്താൻ കൈയ്യറപ്പില്ലാത്ത ജന്മി - പുരോ ഹിത-ഭരണവർഗ്ഗത്തോട് ഇതേ ലക്ഷ്യ - മാർഗ്ഗ വിശുദ്ധി ആരെങ്കിലും ഉപദേശിച്ചതായി കേട്ടിട്ടില്ല.

1939 ഡിസംബർ 31 നാണ് ഇന്നത്തെ ധർമ്മടം നിയോജകമണ്ഡ ലത്തിൽപ്പെട്ട പാറപ്രം എന്ന സ്ഥലത്ത് കേരളത്തിലെ കമ്മ്യൂണിസ്റ്റ് പാർട്ടി രൂപീകരണം നടക്കുന്നത്. ഇന്ത്യൻ നാഷണൽ കോൺഗ്രസി ന്റെ നേതൃത്വത്തിൽ ദേശീയ സ്വാതന്ത്ര്യ സമരം വളരെയധികം ശക്തി നേടിയ സമയത്തു പോലും മറ്റൊരു പ്രത്യയശാസ്ത്രത്തിന് കേരളത്തിൽ വ്യാപനം കിട്ടി എന്നത് ശ്രദ്ധേയമായ കാര്യമാണ്. മാത്രമല്ല ഇന്ത്യയിൽ കേവലം പതിനേഴ് വർഷം (1925 ൽ ഇന്ത്യയിൽ കമ്മ്യൂണിസ്റ്റ് പാർട്ടി രൂപീകൃതമായി) പ്രായമുള്ള ഒരു സംഘടനയ്ക്ക് 57 വർഷം പ്രായമായ ഇന്ത്യൻ നാഷണൽ കോൺഗ്രസിന്റെ 'ക്വിറ്റ് ഇന്ത്യ' സമരത്തെ സാമ്രാജ്യത്വാനുകൂല - വിരുദ്ധ സംവാദതലത്തിലേക്ക് കൊണ്ടുവര വാനും കഴിഞ്ഞു എന്നതും ഓർക്കണം. ശരിയായാലും തെറ്റായാലും

ആ വിഷയം സമയാസമയങ്ങളിൽ സംവാദതലത്തിൽ ഇപ്പോഴും തുടരുന്നുണ്ട്.

നിർഭയരും നിസ്വാർത്ഥരുമായ നേതാക്കളും പ്രവർത്തകരും വർഗ്ഗ പക്ഷപാതിത്തമുള്ള പ്രത്യയശാസ്ത്രവും കേരളത്തിലെ കർഷക - തൊഴിലാളിവർഗ്ഗം സ്വീകരിച്ചു എന്നതാണ് പിന്നീട് സംഭവിച്ചത്. പിറവിക്കു ശേഷം ഒരു വ്യാഴവട്ടത്തിനുള്ളിൽത്തന്നെ മഹത്വമുള്ളതും ഗംഭീരവുമായ സായുധപ്പോരാട്ടങ്ങൾ തന്നെ നടത്താൻ കേരളത്തിലെ കമ്മ്യൂണിസ്റ്റ് പാർട്ടിക്ക് കഴിഞ്ഞു. പഴയതും പ്രസക്തമായതുമായ ഭാഷയിൽ പറഞ്ഞാൽ ജന്മിമാരുടേയും ദുർഭരണാധികാരികളുടേയും കോട്ട കൊത്തളങ്ങളെ പിടിച്ചെലയ്ക്കാൻ ഈ പോരാട്ടങ്ങൾ കൊണ്ട് സാധിച്ചു.

പിറവിയെടുത്ത് അടുത്ത വർഷം, 1940 ൽ മൊറാഴ സമരം നടക്കുന്നുണ്ട്. ഒരു വർഷത്തിനുള്ളിൽ ഇത്രയും വലിയ ധീരതയ്ക്കും സഹനത്തിനും നിസ്വവർഗ്ഗം തയ്യാറായി എന്നത് അവരനുഭവിച്ച വന്ന ക്രൂരമായ ജീവിതത്തെക്കൂടി വ്യക്തമാക്കുന്നുണ്ട്. 1941 ലാണ് കയ്യൂർ പോരാട്ടം നടക്കുന്നത്. 1946 ൽ പുന്നപ്ര - വയലാറും കരിവെള്ളൂരും കാവുമ്പായിയും പോരാട്ടങ്ങൾ കൊണ്ട് ചുവക്കുന്നു. 1948-ൽ ഒഞ്ചിയത്തേയും മുനയൻ കുന്നിലേയും അധ്വാനിക്കുന്ന വർഗ്ഗം ധീരമായി പൊരുതുന്നു. 1949 ൽ ശൂരനാട്. 1950-ൽ ഇടപ്പള്ളിയും പാടിക്കുന്നു. ദേശീയ സ്വാതന്ത്ര്യം കിട്ടിയിട്ടും അടിസ്ഥാന വർഗ്ഗത്തിന്റെ പോരാട്ടങ്ങൾ അവസാനിച്ചില്ല. കമ്മ്യൂണിസ്റ്റ് പാർട്ടിയുടെ നേതൃത്വത്തിൽ നടന്ന കർഷകരുടേയും തൊഴിലാളികളുടേയും സമരങ്ങൾ ഈ പട്ടിക കൊണ്ട് അവസാനിക്കുന്നുമില്ല. ചിലത് എടുത്തു പറഞ്ഞു എന്നേയുള്ള.

പിൽക്കാല കേരളം രൂപം കൊണ്ടത് പ്രധാനമായും ഈ സമരങ്ങളുടെ അനന്തരഫലമായിട്ടാണ്. ചോരയും ജീവനും കൊടുത്ത് അന്നത്തെ കമ്മ്യൂണിസ്റ്റ് പ്രസ്ഥാനം പോരാടിയതു കൊണ്ടാണ് സാമൂഹിക ജീവിത മുന്നേറ്റത്തിനുതകുന്ന മുൻഗണനാക്രമം, ഭൂപരിഷ്കരണത്തിനും വിദ്യാഭ്യാസത്തിനും ആരോഗ്യത്തിനുമൊക്കെ ലഭിച്ചത്. വികസനത്തിൽ രാഷ്ട്രീയമില്ല എന്ന് തീർത്തു പറയുന്ന അരാഷ്ട്രീയത, നമ്മുടെ രാഷ്ട്രീയപ്പാർട്ടികൾക്കും സ്വീകാര്യമായ ഈ കാലത്ത്, വളർച്ചയ്ക്കും പുരോഗമനത്തിനും കൃത്യമായ സോഷ്യലിസ്റ്റ് ഭാഷ്യമുണ്ട് എന്ന് ഉറപ്പിച്ചു പറയാൻ കരുത്തു നൽകിയത്, ഈ പറഞ്ഞതും അല്ലാത്തതുമായ പോരാട്ടങ്ങളാണ്. ഇന്ത്യയിലെ മറ്റൊരു സംസ്ഥാനത്തും ഇങ്ങനെ സംഭവിച്ചില്ല എന്നതും ഇതിനൊപ്പം പറയണം.

ഇൻസൈറ്റ് പബ്ലിക്ക 'സമരചരിത്രപരമ്പര' എന്ന പൊതുപേരിൽ ഇങ്ങനെ ഒരു കൂട്ടം പുസ്തകങ്ങൾ പ്രസിദ്ധീകരിക്കുമ്പോൾ അതിൽ എന്റെ പങ്ക് വളരെ വളരെ ചെറുതാണ് എന്നു പറയട്ടെ. 'നവോത്ഥാന പരമ്പര' എന്ന പേരിൽ ഇൻസൈറ്റ് പ്രസിദ്ധീകരിച്ച പുസ്തകങ്ങൾ മികച്ച വായനാനുഭവമായിരുന്നു. അതു ചൂണ്ടിക്കാട്ടി സുമേഷിനോട് ഇങ്ങനെയൊരു സാദ്ധ്യതയുണ്ട് എന്നു പറഞ്ഞു. പിന്നെ ഓരോ പുസ്തകത്തിന്നും ഗ്രന്ഥകാരനെ കണ്ടെത്തി. അവരെ ഫോണിലൂടെയും വാട്ട്സാപ്പിലൂടെയും കഴിഞ്ഞ രണ്ടു വർഷമായി നിരന്തരം ഓർമ്മപ്പെടു ത്തി. ഇത്ര മാത്രമാണ് എന്റെ പണി.

ചരിത്ര രചന ഒട്ടും എളുപ്പമുള്ള കാര്യമല്ല. കമ്മ്യൂണിസ്റ്റ് ചരിത്രമാ കുമ്പോൾ പ്രത്യേകിച്ചും. അപാകതകൾ ഉണ്ടാക്കി, പിന്നെയത് കണ്ടു പിടിക്കുന്ന തീവ്ര വലതുപക്ഷം കക്ഷിരാഷ്ട്രീയത്തിൽ വിജയിച്ചു നിൽക്ക കയും ഭരണവർഗ്ഗമാകുകയും ചെയ്ത ഈ സന്ദർഭത്തിൽ വളരെയധികം സൂക്ഷ്മത ആവശ്യമുള്ള ഒരു കർമ്മമാണിത്. ഡോ. സി. ബാലൻ (കയ്യൂർ), ഡോ. ജിനേഷ് കുമാർ എരമം (മുനയൻകുന്ന്) എ. പത്മനാഭൻ (കാവുമ്പായി), കെ. ബാലകൃഷ്ണൻ (പാടിക്കുന്ന്), ദാമോദരൻ (മൊറാഴ), വി. കെ. സുരേഷ് (ഒഞ്ചിയം), എൻ. എം. പിയേഴ്സൺ (ഇടപ്പള്ളി), സി. എസ്. സുരേഷ് (പുന്നപ്ര - വയലാർ), എൻ. കെ. ഭ്രപേഷ് (ശൂരനാട്) എന്നിവരാണ് ഈ സംരംഭത്തിൽ വളരെ സന്തോഷത്തോടും ആത്മാർ ത്ഥതയോടും പങ്കെടുത്തത്. അവരോട് നന്ദി പറഞ്ഞു തീർക്കാനാവില്ല.

ഇൻസൈറ്റ് പബ്ലിക്കയാണ് ഇത് ഏറ്റെടുത്തത് എന്നതുകൊണ്ട് അവർക്കും പ്രത്യേകിച്ച് കൃതജ്ഞത അടയാളപ്പെടുത്തുന്നില്ല.

മുന്നുര

ചരിത്രത്തിലെ ഒളിമങ്ങാത്ത ഓർമയാണെന്നും ഒഞ്ചിയം. ഇന്ത്യൻ തൊഴിലാളി വർഗത്തിന്റെ വിമോചന സ്വപ്നങ്ങൾക്ക് എന്നും കരുത്താണത്. 1948 ഏപ്രിൽ 30ന് ചെന്നാട്ട് താഴവയലിൽ നിന്നും ദിക്കുകളെ പ്രകമ്പനം കൊള്ളിച്ച് സാധാരണയിൽ സാധാരണക്കാരായ തൊഴിലാളികൾ വിളിച്ച മുദ്രാവാക്യം ച്ൂഷണവിമുക്ത സ്വപ്നങ്ങൾക്ക് കാവലും കരുത്തുമാണ്. കോളറയും പട്ടിണിയും ജന്മിമാരുടെ ച്ൂഷണവും ഏറ്റവാങ്ങാൻ വിധിക്കപ്പെട്ട ഗ്രാമീണ ജനത കമ്യൂണിസ്റ്റ് പാർട്ടിയുടെ അടിത്തറയായി പ്രവർത്തിച്ചതെങ്ങനെയെന്ന ചരിത്രസാക്ഷ്യം കൂടിയാണ് ഒഞ്ചിയം. വ്യവസ്ഥാപിത ചരിത്രത്തിന്റെ താളുകളിൽ നിന്ന് പിഴുതുമാറ്റപ്പെടുന്ന വസ്തുതകൾ നമ്മുടെ മുന്നിൽ ഏറെയാണ്. അക്കാദമിക് ചരിത്രത്തിൽ അങ്ങിങ്ങായി അത് ചിതറി നിൽക്കുന്നു. ഒഞ്ചിയത്തെ തൊഴിലാളി വർഗത്തിന്റെ സമരചരിത്രം അനുഭവങ്ങളിലും ഓർമകളിലും പുത്തുനിൽക്കുന്നുണ്ട്. ആ ഓർമകളും വസ്തുതകളും വിസ്മൃതമാക്കപ്പെട്ടുകൂടാ എന്ന ബോധ്യമാണ് ഈ പുസ്തകത്തിന്റെ പിറവിക്ക പിന്നിൽ പ്രവർത്തിച്ചത്. ഒഞ്ചിയത്തെക്കുറിച്ച് ഏറെക്കുറെ സമഗ്രമായി പി.പി ഷാജു 'പടനിലങ്ങളിൽ പൊരുതിവീണവർ' എന്ന പുസ്തകം എഴതിയിട്ടുണ്ട്. അതിൽ നിന്നും ചിലതിനെ കടംകൊള്ളുന്നുണ്ട്. ഒഞ്ചിയം രക്തസാക്ഷി വാർഷികത്തോടനുബന്ധിച്ച് തയ്യാറാക്കിയ ഒഞ്ചിയം സ്മരണികയും ഈ പുസ്തകത്തിന്റെ വിവരസ്രോതസ്സാണ്. സമഗ്രമായ ചരിത്രവിവരണമല്ല ഈ ഉദ്യമം. പുതുതലമുറയെ പഴയ കാര്യങ്ങൾ ഓർമിപ്പിക്കാൻ വിവിധ സ്രോതസ്സുകളിലൂടെ നടത്തുന്ന എളിയ ശ്രമം മാത്രമാണ്. ഒഞ്ചിയം സമരസേനാനികളുമായും അനുഭവസ്ഥരുമായും പല കാലങ്ങളിൽ നടത്തിയ അഭിമുഖങ്ങളുടെ പ്രസക്ത ഭാഗവും ഇതിൽ ചേർത്തിട്ടുണ്ട്. പി.പി ഷാജു, പത്രപ്രവർത്തക സുഹൃത്തുക്കളായ പി.എം ജയൻ, രനിത തുടങ്ങിയവരോട് കടപ്പാട് രേഖപ്പെടുത്തുന്നു.

പുസ്തക രചനയാവശ്യപ്പെട്ട വി.എസ് അനിൽകുമാറിനോടും ഇൻസൈറ്റ് പബ്ലിക്കയുടെ അണിയറ ശിൽപ്പികളോടും നന്ദി രേഖപ്പെടുത്തുന്നു.

വി.കെ. സുരേഷ്

ഉള്ളടക്കം

പൊരുതിനിൽപ്പിന്റെ ആധാരശില

കേരളത്തിന്റെ തൊഴിലാളിവർഗ ചരിത്രത്തിൽ സഹന ത്തിന്റെയും ത്യാഗത്തിന്റെയും ചുവപ്പൻ പുലരി വിരിയിച്ച മണ്ണാണ് ഒഞ്ചിയം. ഈ ഗ്രാമം ചരിത്രത്തിലേക്ക് വിരൽ ചൂണ്ടുമ്പോൾ വിമോചന സ്വപ്നങ്ങൾക്ക് കരുത്തും സൗന്ദര്യവും വർധിക്കും. ഒരു നാട് ചരിത്രത്തിന് ഇന്ധനമായി തീരുന്നതിന് പിന്നിൽ നിരവധി മനുഷ്യരുടെ അധ്വാനവും വിയർപ്പും കണ്ണീരും ചോരയും ഉണ്ടാകും. സാമ്രാജ്യത്വവിരു ദ്ധ പോരാട്ടത്തിന്റെ കെട്ടടങ്ങാത്ത കനലിലാണ് ഒഞ്ചിയം അതിന്റെ സമരേതിഹാസം രൂപപ്പെടുത്തിയത്. നാട്ടുവാഴിത്തവും ജന്മിത്തവും അധിനിവേശ കോയ്മകളും കീഴാള ജീവിതത്തിൽ ഏൽപ്പിച്ച പ്രഹര ങ്ങളാണ് പൊരുതി നിൽപ്പിന്റെ ആധാരശില.

ഒഞ്ചിയവും വടകരയുമെല്ലാം ഉൾപ്പെടുന്ന കടത്തനാട് ആദ്യകാല ത്ത് കോലത്തുനാടിന്റെ ഭാഗമായിരുന്നു. "തെക്കൻ കൂറിന്റെ അഥവാ കോലത്തിരിയുടെ രാജസ്ഥാനത്തിന്റെ അധികാര പരിധിയിൽപ്പെട്ട ന്ന നാട്ടുകളുടെ മുഖ്യ ഭാഗമായിരുന്ന യഥാർത്ഥത്തിൽ കോലത്തുനാട്. ഇംഗ്ലീഷ് കമ്പനി തലശ്ശേരിയിൽ അടിസ്ഥാനമുറപ്പിച്ച സമയത്ത്, കടത്തനാട് ഇപ്പോഴത്തെ കടത്തനാട്ടുരാജാവിന്റെ പൂർവികരുടെ വരു തിയിലായിരുന്നു. അക്കാലത്ത് അവർ അറിയപ്പെട്ടിരുന്നത് 'ബടകര' 'ബവനോർ' (വാഴുന്നോർ) അഥവാ 'ബായനോർ' (വാഴുന്നവർ) എന്ന പേരിലാണ്. ബടകര (വടകര) ആയിരുന്ന കടത്തനാട്ടിന്റെ മുഖ്യ ഉറ മുഖകേന്ദ്രം." (വില്യം ലോഗൻ, മലബാർ മാന്വൽ, പേജ്-393. മാതൃഭൂമി ബുക്സ്). വടകരയുടെ കിഴക്കൻ മലയോര ഗ്രാമങ്ങളിൽ നിന്ന് സുഗന്ധ വ്യഞ്ജനങ്ങൾ അടക്കം മലഞ്ചരക്ക് ഉൽപ്പന്നങ്ങൾ വിദേശങ്ങളിലേക്ക് കൊണ്ടുപോയിരുന്നത് ഈ തുറമുഖം വഴിയാണെന്ന് നിശ്ചയം. ആ

അർത്ഥത്തിൽ വാണിജ്യകേന്ദ്രമായ വടകരയിൽ ആദ്യകാലം മുതൽക്ക് തന്നെ കർഷകരുടെയും തൊഴിലാളികളുടെയും നിതാന്ത സാന്നിധ്യം ഉണ്ടായിരുന്നു. ആധുനിക കുറുമ്പ്രനാട് താലൂക്കിൽപ്പെട്ട 31 അംശങ്ങൾ ഉൾപ്പെട്ടിരുന്ന നാടായിരുന്നു പഴയ കടത്തനാട്. അഴിയൂർ, മുട്ടുങ്ങൽ, ഏറാമല, കാർത്തികപ്പള്ളി, പുറമേരി, എടച്ചേരി, ഇരിങ്ങണ്ണൂർ, ഇരുണേരി, വെള്ളൂർ, പാറക്കടവ്, ചെക്കിയാട്, വളയം, വെള്ളോ്യാട്, കുന്നമ്മൽ, കാവില്ല്യംപാറ, കുറ്റ്യാടി, വേളം, ചേരാപുരം, കോട്ടപ്പള്ളി, ആയഞ്ചേരി, കടമേരി, കുറ്റിപ്പുറം, കുമ്മങ്കോട്, പൊമ്മേരി, അറക്കിലാട്, വടകര, മേമുണ്ട, പാലയാട്, പുത്രുപ്പണം, മണിയൂർ, തിരുവള്ളൂർ എന്നിവയായിരു ന്നു ഈ അംശങ്ങളെന്ന് ലോഗൻ വ്യക്തമാക്കിയിട്ടുണ്ട്. 1792ൽ ഇംഗ്ലീഷ് ഈസ്റ്റ് ഇന്ത്യാ കമ്പനി മലബാറിന്റെ ഭരണം ഏറ്റെടുത്തപ്പോൾ കാവില്ല്യംപാറ, കുറ്റ്യാടി അംശങ്ങൾ കോട്ടയം അഥവാ കൊറ്റ്യോട്ട് രാജാവിന്റെ കീഴിലായിരുന്നു.

കൃഷിഭൂമിയിൽ പകലന്തിയോളം പണിയെടുത്ത കർഷകരെ ച്ൂഷണം ചെയ്ത് കരംപിരിക്കുന്ന ഏർപ്പാട് മലബാറിന്റെ പല ഭാഗങ്ങ ളിലും പണ്ടേ നിലനിന്നിരുന്നു. "1788ൽ ഹൈദരാലിയുടെ ഏജന്റായി പ്രവർത്തിച്ചിരുന്ന രാമലിംഗം പിള്ള കടത്തനാട്ടിലെ നെൽകൃഷിയിട ങ്ങൾ സർവെ ചെയ്താണ് നികുതി നിശ്ചയിച്ചിരുന്നത്. ഓരോ നാടൻ പറ (10 നാടൻ സേറ്) വിത്തിന്റെ കൃഷിക്കും സർക്കാർ കരം 3 പണം." (വില്യം ലോഗൻ- മലബാർ മാന്വൽ). രാമലിംഗപിള്ള നിശ്ചയിച്ച നികുതിയാണ് ടിപ്പുവിന്റെ ഉദ്യോഗസ്ഥന്മാരും പിരിച്ചെടുത്തത്. പിന്നീട് പത്ത് വർഷത്തിന് ശേഷമാണ് പുതിയ നികുതി സർവ്വെ നടത്തിയത്. 1789-99ൽ. നെൽകൃഷിയിടങ്ങളുടെ മേൽ പാട്ടത്തിന്റെ 60 ശതമാനമാ യിരുന്നു ഇങ്ങനെ ചുമത്തപ്പെട്ട കരം. പണമായി കണക്കാക്കുമ്പോൾ ആയിരം സേർ നെല്ലിന് 40 രൂപ എന്ന തോതിലായിരുന്നു അത്. കരം പിരിവും അതുമായി ബന്ധപ്പെട്ട വ്യവഹാരങ്ങളും തുടർ ച്ൂഷണവും വടക്കേ മലബാറിന്റെ വ്യത്യസ്ത ഭാഗങ്ങളിൽ വളരെക്കാലം നിലനി ന്നിരുന്നു. ഇതിനോടൊപ്പം വ്യത്യസ്തമായ ജാതി വേർതിരിവുകളും അനുബന്ധ ആചാരങ്ങളും അന്ധവിശ്വാസങ്ങളും ഏറെയായിരുന്നു. മരുമക്കത്തായം, സംബന്ധം തുടങ്ങിയവ വേറെയും. പുരുഷന്മാരെക്കാ ളും കഷ്ടമായിരുന്നു വീടുകളിൽ സ്ത്രീകളുടെ അവസ്ഥ. പ്രത്യേകിച്ച് നായർ സ്ത്രീകളുടേത്. അവർ ക്രൂരമായ പലവിധ സമുദായാചാരങ്ങൾക്കും വിധേ യമായിരുന്നു. " 'കോരപ്പുഴ കടന്നാൽ കുലം കെട്ട്'മെന്നൊരു സമുദായ ശാസനം വടക്കേ മലബാറിൽ നായർ സ്ത്രീകളെ സംബന്ധിച്ച് എത്രയും

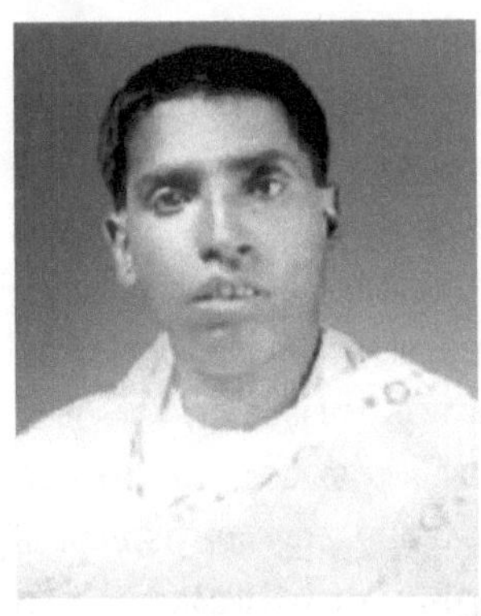

മൊയാരത്ത് ശങ്കരൻ

ദുസ്സഹമായിരുന്നു" എന്ന് മൊയാരത്ത് ശങ്കരൻ തന്റെ ആത്മകഥയിൽ പറയുന്നുണ്ട്.

"തലശ്ശേരി, കണ്ണൂർ, വടകര മുതലായ നഗരങ്ങളിൽ ഗുജറാത്തിൽ നിന്നും കറാച്ചിയിൽ നിന്നും സേട്ടുമാർ വന്നു നടത്തുന്ന കൊപ്പര, കുരുമുളക് മുതലായ കേരളോൽപ്പന്നങ്ങളുടെ വ്യാപാരം മലയാളത്തിലെ നായർ പ്രഭുക്കന്മാർക്ക് നടത്തുവാൻ കഴിയേണ്ടതാണെന്നും ജാതി വഴക്കിലും ദുർവ്യവഹാരത്തിലും ശണ്ഠയിലും പതിയുന്ന അവരുടെ ശ്രദ്ധ വലിയ വ്യവസായങ്ങളിലേക്ക് തിരിക്കയാണ് സമുദായ പരിഷ്ക്കരണത്തിനാവശ്യമെന്നും പലപ്പോഴും അമ്മാമൻ പ്രസംഗിക്കാറുണ്ടായിരുന്നു (മൊയാരത്ത് ശങ്കരൻ ആത്മകഥ, പേജ്-18. മാതൃഭൂമി ബുക്സ്).

കുടിയാന്മാരായ നാട്ടുകാരെ വാരവും പാട്ടവും ഉപയോഗിച്ച് ചൂഷണം ചെയ്യുകയായിരുന്നു ജന്മിമാരുടെ പ്രധാന പ്രവൃത്തി. ഒരു ഭാഗത്ത് ഇങ്ങനെ. മറുഭാഗത്ത് നികുതിയെന്ന് പറഞ്ഞ് ഗവൺമെന്റും ചൂഷണം തുടർന്നു. ജന്മിയാണ് നികുതി പിരിച്ച് ഗവൺമെന്റിലേക്ക് അയക്കുന്നത്. അതിന് ജന്മിയായ അധികാരിക്ക് ഗവൺമെന്റിൽ നിന്നും പ്രതിഫലമായി 13 രൂപയാണ് ലഭിച്ചിരുന്നത്. കുടിയാനെ ജന്മിക്ക് ഏത് വിധേനയും ചൂഷണം ചെയ്യാൻ അവസരം ലഭിച്ചിരുന്നു. ഇത് കണ്ട് സഹികെട്ടാണ് തന്റെ അംശത്തിലെ അധികാരി കൊട്ടാരത്തിൽ ശങ്കുണ്ണി നമ്പ്യാരോട് "പതിമൂന്ന് ഉറുപ്പികയ്ക്ക് ഈ നാട്ടുമുടിക്കുന്ന അധികാരിപ്പണിയേക്കാൾ നിങ്ങൾക്ക് മാന്യമായത് 'കൊട്ടാരത്തി'ലെ അകവളപ്പിൽ കുറേ വാഴ വെക്കയല്ലേ"യെന്ന് മൊയാരത്ത് ശങ്കരൻ ചോദിച്ചത്. വ്യവസ്ഥയെ ചോദ്യം ചെയ്യ തുടങ്ങിയ ചിന്തയുടെ ബഹിർസ്ഫുരണമായിരുന്നു അത്. അദ്ദേഹത്തിന് കിട്ടിയ വാക്കിന്റെ ഊക്ക് മലബാറിൽ വളർന്നുതുടങ്ങിയ പ്രതിചിന്ത തന്നെയായിരുന്നു. മൊയാരത്ത് ശങ്കരൻ സ്കൂളിൽ പഠിക്കുമ്പോൾ തന്നെ യുക്തിവാദ ചിന്തയെ പരിചയപ്പെട്ടിരുന്നു. തലശ്ശേരി മിഷൻ സ്കൂളിലെ കായികാധ്യാപകനും പിൽക്കാലത്ത് ഇന്ത്യൻ സർക്കസിന്റെ ഗതി തന്നെ മാറ്റി മറിച്ച മഹാനുമായ കീലേരി കുഞ്ഞിക്കണ്ണൻ ടീച്ചർ യുക്തിവാദിയായിരുന്നു. ഒഴിവുവേളകളിൽ അദ്ദേഹവുമായി സംസാരിച്ചിരുന്നതു വഴിയാണ് മൊയാരത്തിൽ യുക്തിവാദത്തിന്റെ

മുളപൊട്ടിയത്. പിൽക്കാലത്ത് ക്ഷേത്ര വിശ്വാസത്തെയും പൂർവാചാര പ്രതിപത്തിയെയും കലശലായി പിടിച്ച മർദിച്ചത് വാഗ്ഭടാനന്ദനാണെന്ന് മൊയാരത്ത് ശങ്കരൻ സാക്ഷ്യപ്പെടുത്തുന്നുണ്ട്. മലബാറിലും കൊച്ചിയിലും തിരുവനന്തപുരത്തും നിരവധി ശിഷ്യന്മാരും പതിനെട്ടിൽപ്പരം ആത്മവിദ്യാ മന്ദിരങ്ങളും ആത്മവിദ്യാ കാഹളമെന്ന പത്രവും ഉണ്ടായിരുന്ന വാഗ്ഭടനാന്ദൻ അന്ന് വിശ്വവിജയിയായിരുന്നു. വാഗ്ഭടാനന്ദന്റെ പേരുകേട്ടാൽ യാഥാസ്ഥിതിക ലോകം ഉറക്കത്തിൽ ഞെട്ടിവിറച്ചിരുന്നു എന്നാണ് മൊയാരത്ത് ശങ്കരൻ കുറിച്ചിട്ടത്. വാഗ്ഭടാനന്ദൻ പൊതുജനങ്ങൾക്ക് വിശേഷിച്ചും യുവജനങ്ങൾക്ക് പകർന്നുകൊടുത്ത യുക്തിചിന്തയുടെ വെളിച്ചമാണ് പിൽക്കാലത്ത് കമ്മ്യൂണിസ്റ്റ് പാർട്ടി പ്രവർത്തകർക്ക് വടകര താലൂക്കിൽ വഴികാട്ടിയത്. വടകര താലൂക്കിലെ കർഷക പ്രസ്ഥാനവും കമ്മ്യൂണിസ്റ്റ് പാർട്ടിയും ഈ പാരമ്പര്യത്തിന്റെ പിൻതുടർച്ച തന്നെയാണ്. ഈ തുടർച്ചയെ ജ്വലിപ്പിച്ച സമര നായകനാണ് മൊയാരത്ത് ശങ്കരൻ. അദ്ദേഹമാണ് താലൂക്കിലെ രാഷ്ട്രീയ പ്രസ്ഥാനങ്ങളുടെ ആദ്യ നായകൻ. വാഗ്ഭടാനന്ദ ഗുരുദേവനും മൊയാരത്തും ജനിച്ചത് കണ്ണൂർ ജില്ലയിലാണെങ്കിലും ഇരുവരുടെയും പ്രവർത്തനകേന്ദ്രം വടകരയായിരുന്നു. 1921 മുതൽ വടകര കേന്ദ്രീകരിച്ചാണ് മൊയാരത്ത് ശങ്കരൻ പ്രവർത്തിച്ചിരുന്നത്. 1913ൽ കൽക്കത്ത നാഷണൽ മെഡിക്കൽ കോളജിൽ മെഡിസിൻ പഠനത്തിന് ചേർന്ന മൊയാരത്ത് ശങ്കരന് പഠനം പാതിവഴിയിൽ നിർത്തേണ്ടി വന്നെങ്കിലും കൽക്കത്തയുടെ അനുഭവലോകം അദ്ദേഹത്തെ മാറ്റിമറിച്ചിരുന്നു. ഹോംറൂൾ പ്രസ്ഥാനം ശക്തിപ്പെട്ടുവന്ന കാലമായിരുന്നു അത്. കൽക്കത്തയിൽ ആദ്യമായി മലയാളീ സമാജം രൂപീകരിച്ചത് മൊയാരത്താണ്. ഒരു മലയാളി ലേഡീ ഡോക്ടറുടെ അധ്യക്ഷതയിൽ ചേർന്ന സമാജത്തിൽ ഇരുന്നൂറിലധികം മലയാളികളാണ് പങ്കെടുത്തത്. ആനിബസന്റ് മദ്രാസിൽ നിന്നും കൽക്കത്തയിലെ മെഡിക്കൽ കോളജിലെത്തി നടത്തിയ ഒരു പ്രസംഗം മൊയാരത്ത് ശങ്കരന്റെ ഉള്ള് ഉലച്ചു. ഇന്ത്യയുടെ വളർച്ചയ്ക്കും സംസ്കാരത്തിനും അടിസ്ഥാനമായി നിൽക്കുന്ന രാഷ്ട്രീയ സ്വാതന്ത്ര്യമാണ് ആദ്യം നേടേണ്ടതെന്ന് ആനിബസന്റ് ഉറപ്പിച്ച് പറഞ്ഞപ്പോൾ അദ്ദേഹത്തിനത് വലിയ ഉദ്ബോധനമായാണ് അനുഭവപ്പെട്ടത്. ബംഗാളിൽ ഉയർന്നുവന്ന ബ്രിട്ടീഷ് വിരുദ്ധ ആശയ പ്രചാരണങ്ങൾ നേരത്തെ തന്നെ മൊയാരത്തിന്റെ മനസ്സിൽ ചലനങ്ങളുണ്ടാക്കിയിരുന്നു. 1915 മെയ് മാസത്തിൽ പാലക്കാട്ട് ചേർന്ന ഒന്നാം മലബാർ സമ്മേളനത്തിൽ അധ്യക്ഷ ആനിബസന്റായിരുന്നു. മൊയാരത്തിന് കൈയ്യിൽ കാശില്ലാത്തതിനാൽ അതിൽ

പങ്കെടുക്കാനായില്ല. 1917ൽ കോഴിക്കോട്ട് കെ.പി രാമൻ മേനോന്റെ വീട്ടിൽ ചേർന്ന രണ്ടാം മലബാർ സമ്മേളനത്തിന്റെ സംഘാടനത്തിൽ മൊയാരത്ത് പങ്കാളിയായി. സി.പി രാമസ്വാമിയായിരുന്ന അധ്യക്ഷൻ. ആ സമ്മേളനത്തിലും ആനിബസന്റ് പങ്കെടുത്തിരുന്നു. തലശ്ശേരിയിലും വടകരയിലും ആനിബസന്റിന്റെ അനുയായികളായി ഒട്ടേറെപ്പേരുണ്ടാ യിരുന്നു. "തലശ്ശേരിയിൽ വക്കീൽ ശങ്കരൻ, വടകരയിൽ വക്കീലന്മാർ സുബ്രഹ്മണ്യയ്യർ, വി.കെ രാമൻ മേനോൻ മുതലായവർ ബ്രഹ്മവിദ്യാ സംഘക്കാരായിരുന്നതുകൊണ്ട് ഹോം റൂൾ പ്രസ്ഥാനം വളരെ വേഗത്തിൽ വളർന്നു." (ആത്മകഥ, മൊയാരത്ത് ശങ്കരൻ)

1918 മെയ്മാസത്തിൽ തലശ്ശേരി തിരുവങ്ങാട്ടാണ് മൂന്നാം മലബാർ സമ്മേളനം ചേർന്നത്. അതിനിടയിലാണ് പാന്തൂരിൽ കോൺഗ്രസ്സിന്റെ ആദ്യ പൊതുയോഗം ചേരുന്നത്. നാലാം മലബാർ സമ്മേളനം വടകര യിലാണ് സംഘടിപ്പിക്കപ്പെട്ടത്. ജന്മിതാൽപ്പര്യത്തെ സംരക്ഷിക്കുന്ന സമ്മേളനമായിരുന്നു അതെന്ന് മൊയാരത്ത് വിമർശനം ഉന്നയി ക്കുന്നുണ്ട് ആത്മകഥയിൽ. ഒന്നാം ലോക മഹായുദ്ധം ജയിച്ചതിൽ സന്തോഷം പ്രകടിപ്പിച്ച് പാസ്സാക്കിയ പ്രമേയത്തെ ചൊല്ലി അഭിപ്രായ വ്യത്യാസങ്ങളും ഉയർന്നിരുന്നു.

കെ.പി.സി.സി സെക്രട്ടറിയായിരുന്ന കെ.പി കേശവമേനോന്റെ നേതൃത്വത്തിൽ കോഴിക്കോട്ട് സംഘടിപ്പിച്ച വളണ്ടിയർ ക്യാമ്പിൽ മൊയാരത്ത് സജീവമായിരുന്നു. പതിനഞ്ച് ദിവസം നീണ്ടുനിന്ന ക്യാമ്പിന് ശേഷമാണ് കോഴിക്കോട് താലൂക്കിന്റെ ഉൾപ്രദേശങ്ങളില ടക്കം കോൺഗ്രസ് കമ്മിറ്റികൾ രൂപീകരിക്കുന്നത്. പിന്നീടാണ് കള്ള് ഷാപ്പുകൾ വ്യാപകമായി പിക്കറ്റ് ചെയ്യപ്പെട്ടത്. തലശ്ശേരി, തിക്കോടി, കോഴിക്കോട് തുടങ്ങിയ സ്ഥലങ്ങളിലെല്ലാം ഇത് സംഘടിപ്പിക്കപ്പെട്ടു. നാദാപുരം, കുറ്റ്യാടി, വടകര തുടങ്ങി എല്ലാ സ്ഥലങ്ങളിലും വ്യാപക മായി കോൺഗ്രസ് പൊതുയോഗങ്ങൾ സംഘടിപ്പിച്ച് അവിടെയെല്ലാം മൊയാരത്തും കൂട്ടരും അത്യുജ്ജ്വലമായ പ്രസംഗങ്ങളാണ് നടത്തിയത്. ഖിലാഫത്തിന്റെ നേതൃത്വവും ഇക്കാലത്ത് സജീവമായിരുന്നു.

1921ലെ മലബാറിലെ കർഷക കലാപത്തെ തുടർന്നുണ്ടായ സംഭ വങ്ങൾ നിമിത്തം കോൺഗ്രസ് ഓഫീസ് ഒരു ഘട്ടത്തിൽ വടകര അടയ്ക്കാതെരുവിലെ മൊയാരത്ത് ശങ്കരന്റെ വീട്ടിലേക്കാണ് മാറ്റിയത്. വടകരയിൽ ശരിക്കും കലാപത്തിന് സാധ്യതയുണ്ടായിരുന്നു. തെക്ക നിന്ന് കണ്ണൂരേക്ക് കലാപകാരികളെ ബ്രിട്ടീഷ് പട്ടാളം ലോക്കൽ ട്രെയിനുകളിൽ ചെമ്മരിയാട്ടകളെപ്പോലെ കൊണ്ടുപോകുന്നത്

കണ്ട വടകരയിലെ മുസ്ലിംകൾ ക്ഷോഭംകൊണ്ട് എന്തും ചെയ്യുന്ന അവസ്ഥയിലായിരുന്നു. അതിനാൽ രാത്രികളിൽ അവർ കൂടിനിൽ ക്കുന്ന പള്ളികളിലും പീടികകളിലും കാൽനടയായിച്ചെന്ന് അവരെ ശാന്തരാക്കുകയായിരുന്നു ഏറെ ദിവസം മൊയാരത്ത്. ഇത് രഹസ്യ മായി മനസ്സിലാക്കിയതുകൊണ്ടാണ് മജിസ്ട്രേട്ട് മൊയാരത്തിനെ അറസ്റ്റ് ചെയ്യാൻ ശ്രമിച്ച പൊലീസിനെ വിലക്കിയത്. കോൺഗ്രസിന്റെ കുറുമ്പ്രനാട് താലൂക്ക് സെക്രട്ടറിയെന്ന നിലയിൽ ജനങ്ങൾക്കിടയിൽ മൊയാരത്ത് നേടിയെടുത്ത ബഹുമാനവും ആദരവുമാണ് യഥാർത്ഥ ത്തിൽ വടകരയുടെ ചരിത്രഗതിയെ മാറ്റിമറിച്ചതെന്ന് അധികമാളും ഓർക്കാറില്ല. ലഹള നടന്നിരുന്നുവെങ്കിൽ, രക്തച്ചൊരിച്ചിൽ ഉണ്ടായിരു ന്നുവെങ്കിൽ അതിന്റെ ഫലമായി വടകരയുടെ രാഷ്ട്രീയ ചരിത്രം തന്നെ വേറൊന്നാവുമായിരുന്നു. രാഷ്ട്രീയ ബോധ്യത്തിന്റെ കാര്യത്തിൽ വടകര എന്നും സമ്പന്നമായിരുന്നു. 1923ലാണ് വടകര പുതുപ്പണത്തുനിന്ന് 80 വയസ്സായ മൂലയിൽ കൊറുമ്പൻ എന്ന കർഷക കാരണവരുടെ നേതൃ ത്വത്തിൽ നൂറ് പേരടങ്ങിയ കുടിയാൻജാഥ മദിരാശിയിലേക്ക് പോയത്. ഇതെല്ലാം അവകാശബോധത്തിന്റെ ബഹിർസ്ഫുരണങ്ങൾ കൂടിയാ യിരുന്നു. കോൺഗ്രസ് ആശയത്തിൽ ആകൃഷ്ടരായി വടകരയിൽ ആദ്യമായി ഖദർ ധരിച്ചത് മൊയാരത്ത് ശങ്കരനും കോഴിപ്പറത്ത് മാധ വമേനോനുമായിരുന്നു. അതും ജപ്പാൻ ഖദർ. ഖദറും ഗാന്ധിത്തൊപ്പിയും രാജ്യദ്രോഹികളുടെ വേഷമായി കണക്കാക്കിയിരുന്ന കാലമായിരുന്നു അതെന്നും ഓർമ വേണം.

തൊഴിലാളി വർഗത്തിന്റെ
ഉണർത്തുപാട്

1931 മെയ് ആദ്യവാരം വടകര നാരായണ നഗറിൽ നടന്ന കോൺഗ്രസ് സമ്മേളനവും താലൂക്കിന്റെ രാഷ്ട്രീയ ചരിത്രഗതിയെ ഏറെ സ്വാധീനിച്ചു. ജെ.എൻ സെൻഇഗുപ്തയായിരുന്ന വടകര സമ്മേളനത്തിൽ അധ്യക്ഷൻ. ആന്ധ്ര കേസരിയെന്നറിയപ്പെട്ടിരുന്ന ടി.പ്രകാശവും ബോംബെയിലെ കോൺഗ്രസ് നേതാവ് കെ.എഫ് നരിമാനമായിരുന്ന മുഖ്യ പ്രസംഗകർ. ഏറനാട് കലാപത്തെ തുടർന്ന് ജയിലിലായ എം.പി നാരായണമേനോനെ ഓർമിക്കുന്നതിനാണ് സമ്മേളന വേദിക്ക് നാരായണ നഗർ എന്ന് പേര് നൽകിയത്. "നിര പരാധിയായ മേനോനെ മഞ്ചേരി നിന്നും കൈകാലുകൾ ചങ്ങലയ്ക്കിട്ട് വരിഞ്ഞ് ഫറോക്ക് വരെ നടത്തി. രണ്ട ഭാഗത്തുനിന്നും പൊലീസുകാർ മർദ്ദിച്ചുകൊണ്ടിരുന്നു. ജീവപര്യന്തം കഠിന തടവിനദ്ദേഹം ശിക്ഷിക്ക പ്പെട്ടു. കുറേ വർഷങ്ങൾ കഴിഞ്ഞ് ജീവപര്യന്തം ഇരുപത വർഷത്തെ തടവാക്കി. മാപ്പ പറഞ്ഞാൽ വിട്ടയക്കാമെന്ന് സർക്കാർ ഉത്തരവിട്ടു. ഭർത്താവിന്റെ അറസ്റ്റുമുതൽ ആഴ്ചയിൽ മൂന്നോ നാലോ തവണ മാത്ര മായിരുന്ന അദ്ദേഹത്തിന്റെ പത്നി ലഘ്വഭക്ഷണം കഴിച്ചിരുന്നത്. ഗാന്ധിജിയുടെ ഭടൻ മാപ്പ പറഞ്ഞു, മാനക്കേടുണ്ടാക്കരുതെന്ന് അവർ മേനോനെ അറിയിച്ചു. പതിനാല വർഷങ്ങൾക്ക് ശേഷം അദ്ദേഹത്തെ വിട്ടയച്ചു. (ഒരു സോഷ്യലിസ്റ്റിന്റെ ഓർമകൾ-കെ.കുഞ്ഞിരാമക്കുറ പ്പ്-പേജ്-46. മാതൃഭൂമി ബുക്സ്). സിവിൽ നിയമലംഘന സമരങ്ങളിൽ ശിക്ഷിക്കപ്പെട്ട് ജയിൽ മോചിതരായവരുടെ ബന്ധുക്കളും രാജ്യസ്നേ ഹികളും ഒഴുകിയെത്തിയ സമ്മേളനമായിരുന്ന വടകരയിലേത്.

കുറുമ്പ്രനാട്ടിലെ തൊഴിലാളി പ്രസ്ഥാനത്തിന് നീണ്ടകാലത്തെ ചരിത്രമുണ്ട്. 1928ൽ ബ്രിട്ടീഷുകാർക്കെതിരെ സംഘടിപ്പിക്കപ്പെട്ട ദക്ഷിണേന്ത്യൻ റെയിൽവെ പണിമുടക്കം ഇന്ത്യൻ തൊഴിലാളി വർഗ സമരത്തിന്റെ ചരിത്രത്തിൽ സുപ്രധാനമാണ്. മംഗലാപുരം, കണ്ണൂർ, തലശ്ശേരി, കോഴിക്കോട്, വടകര, പാലക്കാട്, ഷൊർണ്ണൂർ, തിരുവനന്ത പുരം എന്നീ കേന്ദ്രങ്ങളിൽ പണിമുടക്ക് വിജയകരമായാണ് നടന്നത്. 1930കളിൽ കത്തിപ്പടർന്ന തൊഴിലാളി മുന്നേറ്റത്തിന്റെയും ദേശീയ സ്വാതന്ത്ര്യസമരത്തിന്റെയും ഭാഗമായി ജയിലിലടയ്ക്കപ്പെട്ട പലരും പിന്നീട് നാട്ടിൽ തിരിച്ചെത്തിയത് കോൺഗ്രസായിട്ടല്ല; കോൺഗ്രസ് സോഷ്യ ലിസ്റ്റ് പാർട്ടിക്കാരായാണ്. അങ്ങനെയാണ് വടകരയിൽ 1934ൽ കോൺഗ്രസ് സോഷ്യലിസ്റ്റ് പാർട്ടി രൂപീകൃതമായത്. കോൺഗ്രസ് സോഷ്യലിസ്റ്റ് പാർട്ടി രൂപീകരണ സമ്മേളനത്തോടനുബന്ധിച്ച് 1935 മെയ് മാസത്തിൽ കേരളത്തിലെ തൊഴിലാളി സംഘടനകളുടെ ഒന്നാം സമ്മേളനം കോഴിക്കോട്ട് ചേർന്നു. പി.കൃഷ്ണപ്പിള്ള, ഏ.കെ ഗോപാലൻ, എൻ.സി ശേഖർ, കെ.ദാമോദരൻ, പി.നാരായണൻ നായർ, കെ.പി ഗോപാലൻ എന്നിവരാണ് നേതൃത്വം നൽകിയത്.

ജോലി സമയം ആഴ്ചയിൽ 48 മണിക്കൂറായി കുറയ്ക്ക, സ്ത്രീകൾക്ക് കൂലിയോട്ടുകൂടി പ്രസവാവധി അനുവദിക്കുക തുടങ്ങിയ ആവശ്യങ്ങൾ ഉന്നയിച്ച് 1937 സെപ്റ്റംബർ 17ന് മലബാറിലെ ആദ്യത്തെ തൊഴിലാളി പ്രകടനം നടന്നത് കോഴിക്കോട് കടപ്പുറത്തായിരുന്നു. സാമ്രാജ്യത്വ വിരുദ്ധവും ജന്മിത്തവിരുദ്ധവുമായ ആശയങ്ങൾക്കും പ്രവർത്തനങ്ങൾ ക്കും അന്നത്തെ തൊഴിലാളി സമൂഹത്തിൽ നിന്നും ലഭിച്ചുകൊണ്ടിരുന്ന സ്വീകാര്യതയ്ക്കുദാഹരണമായിരുന്ന കോഴിക്കോട്ടെ ശക്തിപ്രകടനം. 1936ൽ തന്നെ കർഷക സംഘത്തിന്റെ നേതൃത്വത്തിൽ പുനംകൃഷി പ്രക്ഷോഭവും വളർന്ന വന്നിരുന്നു. 1934ൽ വടകര പാറേമ്മൽ സ്കൂളിൽ മലബാർ എയ്ഡഡ് അധ്യാപക സംഘടനയും രൂപംകൊണ്ടു. 1938ലാണ് വടകരയിൽ എം.കെ കേള പ്രസിഡണ്ടായും പി.പി ശങ്കരൻ സെക്രട്ടറിയായും ഐക്യ കേരള തൊഴിലാളി യൂണിയൻ രൂപീകരിച്ചത്. 1939ൽ ഒന്നാം വാർഷിക സമ്മേളനത്തോടനത്തോടെ ഈ സംഘടന ബീഡി ആന്റ് സിഗാർ വർക്കേഴ്സ് യൂണിയനായി. നെയ്ത്ത് തൊഴിലാളി കളും, മരമിൽ തൊഴിലാളികളും വെവ്വേറെ സംഘടിച്ച് പുതിയ യൂണി യനുകൾ രൂപീകരിക്കുകയും ചെയ്തു. ചുരുട്ട്-ബീഡി തൊഴിലാളികളായി രുന്ന വടകരയിലെയും പരിസരത്തെയും കമ്മ്യൂണിസ്റ്റ് പാർട്ടിയുടെയും അനുബന്ധ പുരോഗമന പ്രസ്ഥാനങ്ങളുടെയും ശക്തിസ്രോതസ്സ്.

1941ഓടെ പീടികത്തൊഴിലാളികളുടെയും പ്രസ്‌തൊഴിലാളികളുടെയും സംഘടനകൾ നിലവിൽ വന്നു.

അഖിലേന്ത്യാ കിസാൻ സഭയുടെ രൂപീകരണമാണ് കേരള ത്തിന്റെ ചരിത്രത്തിൽ സമൂല പരിവർത്തനത്തിന് ഇടക്കമിട്ടത്. 1935 ഡിസംബറിൽ മീററ്റിൽ ചേർന്ന കോൺഗ്രസ് സോഷ്യലിസ്റ്റ് പാർട്ടിയുടെ തീരുമാനപ്രകാരമാണ് കിസാൻ സഭ രൂപീകൃതമായത്. കേരളത്തിൽ 1935 ജൂലൈയിൽ ഇന്നത്തെ തളിപ്പറമ്പ് താലൂക്കിലെ (അന്ന് ചിറക്കൽ താലൂക്ക്) കൊളച്ചേരി നണിയൂരിൽ വിഷ്ണു ഭാരതീയ ന്റെ ഭാരതീയ മന്ദിരത്തിലാണ് കർഷക സംഘത്തിന്റെ രൂപീകരണ സമ്മേളനം ചേർന്നത്. വി.എം വിഷ്ണു ഭാരതീയനായിരുന്ന സ്ഥാപക പ്രസിഡന്റ്. സെക്രട്ടറി കെ.എ കേരളീയൻ. പി. കൃഷ്ണപിള്ളയാണ് കുറുമ്പ്രനാട് താലൂക്കിൽ കർഷക സംഘടനാ രൂപീകരണത്തിന് മുൻ കയ്യെടുത്ത്. അദ്ദേഹത്തിന്റെ നിർദ്ദേശപ്രകാരമാണ് നരിപ്പറ്റയില്ലം മൊകേരിയില്ലുമെല്ലാം ചെറുരൂപത്തിൽ കർഷകസംഘം രൂപീകരിച്ചത്. പിന്നീടാണ് വട്ടോളിയിൽ ആദ്യ താലൂക്ക് സമ്മേളനം ചേർന്നത്. ഇ.എം.എസ്സായിരുന്ന സമ്മേളനത്തിന്റെ അധ്യക്ഷൻ. ടി.സി നാരാ യണക്കുറുപ്പ് പ്രസിഡന്റും എം.ഗോപാലക്കുറുപ്പ് സെക്രട്ടറിയുമയാണ് കുറുമ്പ്രനാട് താലൂക്ക് കർഷകസംഘം നിലവിൽ വന്നത്.

1793ൽ ബ്രിട്ടീഷ് വൈസ്രോയിയുടെ സെറ്റിൽമെന്റ് ആക്ട് വന്ന തോടെയാണ് ഇന്ത്യയിലെ ഭൂബന്ധങ്ങളിൽ ചൂഷണത്തിന്റെ തോത് കൂടുതലായത്. അതുവരെ ഭൂമിയിൽ അധ്വാനിച്ചതിൽ ഒരു പങ്ക് രാജാവിനു നൽകി ജീവിച്ച് യഥേഷ്ടം കൃഷി ചെയ്തവർക്ക് സെറ്റിൽമെന്റ് ആക്ട് വന്നതോടെ ഭൂമിയുടെ ഉടമസ്ഥാവകാശം നഷ്ടമായി. പ്രമാണി വർഗത്തിനാണ് ബ്രിട്ടീഷുകാരുടെ നിയമംകൊണ്ട് ഗുണമുണ്ടായത്. നാട്ടുരാജാക്കന്മാർ, രാജബന്ധുക്കൾ, അവരുടെ കാര്യസ്ഥന്മാർ തുടങ്ങിയവർക്ക് നിയമത്തിന്റെ പിൻബലത്താൽ ഭൂമിയിലവകാശം സാധിച്ചുകിട്ടി. തുടർന്ന് കാർഷിക മേഖലയിൽ പുതിയ ചൂഷണത്തി ന്റെ വഴി ഇറക്കപ്പെട്ടു. ജന്മിയും സെമീന്താർമാരും ഭൂപ്രഭുക്കന്മാരും വർധിച്ചു. അതോടെ പാട്ടവ്യവസ്ഥയും കുടിയാനും രൂപപ്പെട്ടു. ഭൂനികുതി പിരിക്കുന്നതിന് അധികാരം ജന്മിക്കായതോടെ കർഷകർ ക്കും വിഭവങ്ങൾക്കും മേൽ സമ്പൂർണമായ ആധിപത്യം ലഭിച്ച്. ജാതി മേധാവിത്വത്തിന്റെ പിൻബലം കൂടി ആയതോടെ മനുഷ്യത്വരഹിതമായ ചൂഷണത്തിന്റെ ആഴവും വ്യാപ്തിയും വർധിച്ചു. ഭൂനികുതി നിശ്ചയിക്കുന്ന തിന് അധികാരം കിട്ടിയവർ ഭൂമിയിൽ ആര് കഴിയണമെന്ന് കൂടി

തീരുമാനിച്ചു. അങ്ങനെ ദരിദ്ര കർഷകരും കർഷകത്തൊഴിലാളികളും ജന്മിമാരുടെ ദയാദാക്ഷിണ്യത്താൽ കഴിയുന്നവരായി മാറി. നിയമപ്ര കാരമല്ലാത്ത നികുതി പിരിവും ഒഴിപ്പിക്കലും നിത്യസംഭവമായി. അടിച്ച മർത്തപ്പെട്ട ജനതയുടെ ക്ഷമ നെല്ലിപ്പടി കണ്ടു. സാധാരണ മനുഷ്യന്റെ ദൈനംദിന ജീവിതത്തിന്മേൽ എന്തും അടിച്ചേൽപ്പിക്കാൻ ജന്മിമാർക്ക് യഥേഷ്ടം അവകാശം! ഓരോ ദേശത്തിനും അനുസരിച്ച് ചൂഷണം വ്യ ത്യാസപ്പെട്ടെന്ന് മാത്രം; ഒരിക്കലും അതില്ലാതാവുന്നില്ല. മണ്ണിലധ്വാനി ക്കുന്നവന്റെ കഷ്ടപ്പാടുകൾ പലേടത്തും വിരചിതമായിട്ടുണ്ട്. "പത്തുപറ നെല്ല് അളക്കുമ്പോൾ മൂന്ന് പറ നെല്ല് കൂടുതൽ അളക്കുന്ന 'വാശി'യും ഓരോ പത്ത് പറ അളക്കുമ്പോഴും കൃഷിക്കാരന്റെ നെല്ലിൽ നിന്ന് പ്രത്യേകമായി വാരിവെയ്ക്കുന്ന 'അരി'യും- സാധാരണ അളക്കുമ്പോൾ ഉപയോഗിക്കുന്നതിനേക്കാൾ രണ്ടിരട്ടി വലിപ്പം വരുന്ന പറയും (കള്ള പ്പറയെന്ന് കൃഷിക്കാർ) ഉദാഹരണങ്ങളാണ്. വടക്കേ മലബാറിൽ ഏതാണ്ടെല്ലായിടത്തും 'വെച്ചകാണലും തിരുമുൽക്കാഴ്ച'യുമുണ്ടായി രുന്നു. ഓണം, വിഷു, പെരുന്നാൾ തുടങ്ങിയ വിശേഷ ദിവസങ്ങളിൽ ജന്മിയുടെ 'ഗൃഹ'ത്തിൽ വാഴക്കുലയും പച്ചക്കറികളും കാഴ്ചവെയ്ക്കണം. ചിലേടത്ത് അത് പലവ്യഞ്ജന സാമാനങ്ങളാണ്. ചിലപ്പോൾ, കോഴി, മൂരിക്കുട്ടൻ തുടങ്ങിയവയാണ്. പാലും പഞ്ചസാരയും, പശുവിൻ നെയ്യും തിരുമുൽക്കാഴ്ചാ സാധനങ്ങളാണ്. ജന്മിയെ മുഖം കാണിക്കാൻ അടയ്ക്ക യും വെറ്റിലയും വേണം. ഒരാളെ ബഹുമാനിക്കാൻ പറയുമ്പോൾ "ഞാൻ ഓന (അവനെ) അടയ്ക്കേം വെറ്റിലേം വെച്ച് തൊഴാൻ പോകണോ" എന്ന് ഇപ്പോഴും ചിലർ പരിഹാസരൂപേണ പറയുന്നത് കേൾക്കാം. ജന്മിത്ത കാലത്തെ അനുഭവത്തിൽ നിന്ന് രൂപമെടുത്തതാണ് ഈ പ്രയോഗം. കങ്കാണിയെന്ന പേരിൽ അനുവാദം വാങ്ങുന്ന ഏർപ്പാടും അന്നുണ്ടായിരുന്നു. കൃഷിക്കാരൻ സ്വന്തം അധ്വാനംകൊണ്ട് സ്വന്തം ഭൂമിയിൽ നട്ടുനനച്ചുവളർത്തിയ ഏതെങ്കിലും ഒന്നിൽ നിന്ന് വിളവെടു ക്കണമെങ്കിൽ അതിന് ജന്മിക്ക് കങ്കാണിപ്പണം നൽകണം."

(വിവരങ്ങൾക്ക് കടപ്പാട്- പടനിലങ്ങളിൽ പൊരുതിവീണവർ- പി.പി ഷാജു) ചിന്ത പബ്ലിഷേഴ്സ്. ചങ്ങമ്പുഴയുടെ 'വാഴക്കുല'യുടെ പ്രമേയം ഇവിടെ ഓർക്കാവുന്നതാണ്.

ഒരു ഭാഗത്ത് കൃഷിക്കാരൻ പീഡിപ്പിക്കപ്പെട്ടമ്പോൾ മറുഭാഗത്ത് സ്ത്രീതൊഴിലാളികളും ക്രൂരമായ അവഗണനയ്ക്കും പീഡനത്തിനും അക്കാ ലത്ത് ഇരയായിട്ടുണ്ട്. വടക്കേ മലബാറിലെ പ്രസിദ്ധമായ വടക്കൻപാ ട്ടിലെ നായിക 'പൂമാതൈ പൊന്നമ്മ' ഇങ്ങനെ പീഡനത്തിനിരയായ

സ്ത്രീയെ കേന്ദ്ര പ്രമേയമാക്കി എഴുതിയതാണ്. സുന്ദരിയായ ഒരു കർഷക തൊഴിലാളി സ്ത്രീയോട് ജന്മിക്ക് തോന്നിയ കാമാസക്തി, അവളെ വശത്താക്കാൻ കാര്യസ്ഥൻ എത്തുന്നത്, അസഹനീയമായ ജീവിതാവസ്ഥയിൽ നിന്ന് രക്ഷനേടാൻ കിണറ്റിൽച്ചാടി ആത്മഹ ത്യ ചെയ്യുന്ന യുവതി. ഇതാണ് കഥയുടെ രത്നച്ചുരുക്കം. മലബാറിലെ വയലുകളിൽ ഞാറു നടുമ്പോഴും കൊയ്ത്ത് നടത്തുമ്പോഴും സ്ത്രീ തൊഴിലാ ളികൾ പാടി വന്ന പാട്ടാണ് പൂമാതൈ പൊന്നമ്മ. ഇങ്ങനെ അനേകം പൂമാതൈ പൊന്നമ്മമാരുടെ ജീവിതമായിരുന്ന മലബാറിൽ സ്ത്രീകൾ ക്കുണ്ടായിരുന്നത്. എന്നാൽ അവരെല്ലാവരും ആത്മഹത്യ ചെയ്തില്ലെ ന്ന് മാത്രം. നല്ല പേര് പോലും കർഷകനും കർഷകത്തൊഴിലാളിക്കും മക്കൾക്കും നൽകാൻ അധികാരമില്ലായിരുന്ന. ചക്കിയും ചപ്പിലയും ആണ്ടിയും കൊറുമ്പനും കുങ്കിയും മന്ദിയുമൊക്കെയായിരുന്ന കർഷക ത്തൊഴിലാളികളും മക്കളും. എന്നാൽ ജന്മിപ്രമാണി വർഗത്തിന്റേത്, മാധവനും, രാധാകൃഷ്ണനും അമ്പിളിയും വിശാലാക്ഷിയും ഓമനയും മറ്റുമൊക്കെയായിരുന്ന.

ജാതി വ്യവസ്ഥയാകട്ടെ അരക്കിട്ടുറപ്പിച്ചതുമായിരുന്ന. തൊഴിലാ ളികൾ ജന്മിയുടെ പറമ്പിൽ പണിയെടുക്കുമ്പോൾ അവർക്ക് ഭക്ഷണം വിളമ്പിയത് ആലയോട് ചേർന്ന പ്രത്യേക സ്ഥലത്താണ്. കുഴിക ളുണ്ടാക്കി അതിൽ ഇല വിരിച്ച് ചിരട്ട കൊണ്ട് കഞ്ഞി കോരിക്കുടിച്ച അനുഭവം അയവിറക്കുന്ന മുതിർന്ന കർഷകത്തൊഴിലാളികൾ വടക്കേ മലബാറിന്റെ വിവിധ ഭാഗങ്ങളിൽ വിശേഷിച്ച് വടകരയിലും ഒഞ്ചിയ ത്തുമൊക്കെ ഇപ്പോഴുമുണ്ട്. ജന്മിമാരുടെ വീട്ടിൽ അടിയാളരെ പുകച്ച കൊല്ലാൻ ചെങ്കല്ലിൽ തീർത്ത പുകയറ വരെ ഉണ്ടായിരുന്ന. ഇങ്ങനെ ക്രൂരമായ വിധിതീർപ്പുകൾക്ക് കീഴടങ്ങി ജീവിച്ച നരജന്മങ്ങൾക്കാണ് കർഷക സംഘവും കോൺഗ്രസ് സോഷ്യലിസ്റ്റ് പാർട്ടിയും പിന്നീട് കമ്മ്യൂണിസ്റ്റ് പാർട്ടിയും ചൂഷണരഹിത വ്യവസ്ഥയുടെ പുത്തൻ സ്വപ്ന ങ്ങൾ പകർന്നുനൽകിയത്. ഒഞ്ചിയത്തും പരിസരങ്ങളിലും അങ്ങനെ സ്വപ്നം കാണാൻ കഴിയുന്ന വളർച്ചയിലേക്ക് അവരെ നയിച്ച മഹാനാ യിരുന്ന വാഗ്ഭടാനന്ദ ഗുരുദേവൻ.

വാഗ്ഭടാനന്ദനെറിഞ്ഞ വിത്തുകൾ

വടക്കേ മലബാറിലെ പാട്യം ഗ്രാമത്തിലാണ് 1060 മേടം പതിനാല്-1885 ഏപ്രില് 27ന് വാഗ്ഭടാനന്ദന് ജനിച്ചത്. അമ്മ വയലേരി ചീരുഅമ്മ. അച്ഛന് വാഴവളപ്പില് കോരന് ഗുരുക്കള്. അച്ഛനും അമ്മയും വിളിച്ചത് കുഞ്ഞിക്കണ്ണന് എന്നാണ്. സംസ്കൃതത്തിലും വൈദ്യത്തിലും നിഷ്ണാതനായ പുരോഗമനേച്ഛവായിരുന്ന അച്ഛന്. കുഞ്ഞിക്കണ്ണന്റെ ബാല്യകാല വിദ്യാഭ്യാസവും അച്ഛന് കീഴില് തന്നെ യായിരുന്നു. അന്ധവിശ്വാസത്തോടും അനാചാരത്തോടും എതിര്പ്പ് പ്രകടിപ്പിച്ച അദ്ദേഹം കവി കൂടിയായിരുന്നു. അസാമാന്യ ബുദ്ധി വൈഭവം ചെറുപ്പത്തിലേ പ്രകടിപ്പിച്ച കുഞ്ഞിക്കണ്ണന് പില്ക്കാലം സംസ്കൃതാധ്യാപനത്തില് അച്ഛനെ സഹായിച്ചിരുന്നു. അതില് പിന്നീടദ്ദേഹം വി.കെ ഗുരുക്കള് എന്ന് അറിയപ്പെട്ടു. അദ്ദേഹത്തി ന്റെ പ്രധാന പ്രവര്ത്തനകേന്ദ്രം പിന്നീട് കോഴിക്കോട്ടായി. 1906ലാണ് അദ്ദേഹം കോഴിക്കോട് കോട്ടപ്പറമ്പിലെത്തുന്നത്. ഭഗവത് ഗീതയിലെ ധ്യാനശ്ലോകങ്ങളില് ഒന്നായ 'പാര്ത്ഥായ പ്രതിബോധിതാം' എന്ന ശ്ലോകത്തിന്റെ വ്യാഖ്യാനം വിഷയമാക്കി ചിലര് അദ്ദേഹത്തെ പ്രഭാഷ ണത്തിന് ക്ഷണിക്കുകയായിരുന്നു. അദ്ദേഹത്തിന്റെ പ്രഭാഷണത്തില് ആകൃഷ്ടരായവരുടെ സ്നേഹ നിര്ബന്ധത്താല് 'തത്വപ്രകാശികാ ശ്രമം' എന്ന സംസ്കൃത പാഠശാല സ്ഥാപിക്കുകയും ചെയ്തു. ഇതാണ് പിന്നീട് ഉത്തര കേരളത്തിലെയും തിരു-കൊച്ചി പ്രദേശങ്ങളുടെയും സംസ്കൃത വിദ്യാകേന്ദ്രമായി മാറിയത്. (വാഗ്ഭടാനന്ദന്റെ സമ്പൂര്ണ കൃതികള്. പേജ് 7) 1910ല് കോഴിക്കോട് ടൗണ്ഹാളില് ബ്രഹ്മാനന്ദ സ്വാമികളുടെ യോഗവിദ്യാ പ്രഭാഷണം കേള്ക്കാനിടയായതോടെ

വാഗ്ഭടാനന്ദൻ

അവർ ഗുരുശിഷ്യരായിത്തീർന്നു. 1911ൽ കോഴിക്കോട് കല്ലായിയിൽ 'രാജയോ ഗാനന്ദ കൗമുദീ യോഗശാല' സ്ഥാപിച്ച തോടെ ഏറെ പ്രഭാഷണങ്ങളും സംവാദ ങ്ങളും നടത്തി വി.കെ ഗുരുക്കൾ. ഭഗവത് ഗീതയെ അടിസ്ഥാനമാക്കി മൂന്ന് മാസം നീണ്ട ഗീതായജ്ഞ പരിപാടിയോടെ പ്ര ഭാഷണരംഗത്ത് അദ്ദേഹത്തിന്റെ ഖ്യാതി നാടെങ്ങും പരന്നു. മലബാറിലുടനീളം പ്രഭാഷണങ്ങൾ നടത്തി. ആയിടയ്ക്കാണ് അദ്ദേഹത്തിന്റെ പ്രഭാഷണങ്ങളിലും പ്ര വൃത്തികളിലും ആകൃഷ്ടനായി ബ്രഹ്മാനന്ദ

സ്വാമികൾ കുഞ്ഞിക്കണ്ണൻ എന്ന വി.കെ ഗുരുക്കളെ 'വാഗ്ഭടാനന്ദൻ' എന്ന പേര് നൽകി അഭിനന്ദിച്ചത്. 1914 മെയ് 14ന് വാഗ്ഭടാനന്ദൻ ശ്രീനാരായണ ഗുരുവിനെ അദ്വൈതാശ്രമത്തിൽ ചെന്നു കണ്ടു. ആലുവയിൽ ഗുരുവിന്റെ അധ്യക്ഷതയിൽ വാഗ്ഭടാനന്ദൻ അദ്വൈത ദർശനത്തെ അടിസ്ഥാനമാക്കി ഉജ്ജ്വലമായ ഒരുപ്രഭാഷണം നടത്തി. ശ്രീനാരായണ ഗുരുവും വാഗ്ഭടാനന്ദനും തമ്മിൽ നടന്ന ദീർഘസംഭാ ഷണം ശിവയോഗി വിലാസം മാസിക പിന്നീട് പ്രസിദ്ധീകരിച്ചു.

വാഗ്ഭടാനന്ദൻ: സ്വാമി അദ്വൈതിയാണല്ലോ. അതുകൊണ്ടാണ് അങ്ങയെ സന്ദർശിക്കണമെന്ന് കുറച്ചകാലമായി ആഗ്രഹിക്കുന്നത്. അതിനുള്ള ഭാഗ്യം ഇപ്പോഴാണ ണ്ടായത്.

ശ്രീനാരായണഗുരു: അതെ. നാം അദ്വൈതി തന്നെ. ഗുരുക്കളും അദ്വൈ തിയല്ലേ? അപ്പോൾ നാം ഒന്നാണ്.

വാഗ്ഭടാനന്ദൻ: അങ്ങ് ക്ഷേത്രങ്ങൾ സ്ഥാപിക്കുകയും പ്രതിഷ്ഠ നടത്തുകയും ചെയ്യുന്നുണ്ടല്ലോ. അദ്വൈതവും അതും തമ്മിൽ എങ്ങനെ പൊരുത്തപ്പെടും?

ശ്രീനാരായണ ഗുരു: ജനങ്ങൾ സൈ്വരം തരേണ്ടേ? അവർക്ക് ക്ഷേത്രം വേണം. പിന്നെ കുറെ ശുചിത്വമെങ്കിലും ഉണ്ടാകുമ ല്ലോ എന്ന് നാമും വിചാരിച്ചു.

വാഗ്ഭടാനന്ദൻ: അങ്ങ് ഒരാചാര്യനാണ്. അങ്ങയുടെ സിദ്ധാന്ത ത്തിനു ജനങ്ങളെ വഴക്കി എടുക്കേണ്ടതല്ലേ?

ശ്രീനാരായണ ഗുരു: നാം ആദ്യകാലത്ത് അവരെ വിളിച്ചു. വിളികേട്ട്
ആരും വന്നില്ല.

വാഗ്ഭടാനന്ദൻ: അദ്വൈത തത്വവും യോഗ സിദ്ധാന്തവും ക്ഷേത്രവി
ശ്വാസവും തമ്മിലൊരു ബന്ധവുമില്ലാത്തതുകൊ
ണ്ട്, ഞങ്ങൾ വിഗ്രഹാരാധനയെ ശക്തിപൂർവം
എതിർക്കുന്നവരാണ്.

ശ്രീനാരായണ ഗുരു: നല്ലതാണല്ലോ. നാമും നിങ്ങളുടെ പക്ഷക്കാര
നാണ്.

(വാഗ്ഭടാനന്ദന്റെ സമ്പൂർണ കൃതികൾ)

സകല മതങ്ങളുടെയും മൂലതത്വം ഏകമാണെന്നും കാലഹരണപ്പെട്ട
ആചാരങ്ങളും ചടങ്ങുകളുമാണ് പരസ്പര ഭിന്നതകൾക്ക് കാരണമെന്നും
ഉറച്ച് വിശ്വസിച്ച വാഗ്ഭടാനന്ദൻ 1917ലാണ് ആത്മവിദ്യാസംഘം
രൂപീകരിച്ചത്. 1920 ആകുമ്പോഴേക്കും കേരളത്തിന്റെ പല ഭാഗങ്ങളിലും
ശാഖകൾ ഉണ്ടായി. 1921 സെപ്റ്റംബറിൽ അഭിനവ കേരളം മാസിക
പ്രസിദ്ധീകരിച്ചു. "ഉണരുവിൻ അഖിലേശനെ സ്മരിപ്പിൻ! ക്ഷണമെഴ
നേൽപ്പിൻ, അനീതിയോടെതിർപ്പിൻ" എന്നതായിരുന്നു മാസികയുടെ
മുഖസൂക്തം.

ജാതി പ്രമാണിത്തത്തെ കണക്കറ്റ് പരിഹസിച്ചും വിമർശിച്ചും
പ്രഭാഷണം നടത്തിയ വാഗ്ഭടാനന്ദൻ ഹരിജനങ്ങളെക്കുറിച്ചെഴുതി
യത് ഇങ്ങനെയാണ്.

"ഏവരും ബതഹരിക്ക് മക്കളാ-
ണാവഴിക്ക സഹജാതർ നമ്മളും.
ഏവമുള്ളിലറിയാത്ത മാനവ
പ്പാവമെന്തിനു ജനിച്ചു, ദൈവമേ?"

അംശി നാരായണപ്പിള്ള വാഗ്ഭടാനന്ദനെ വിലയിരുത്തിയതിങ്ങ
നെയാണ്.

"ജാതിക്കോടയാലേറ്റം ഖേദിക്കും കേരളത്തെ
ജാതാമോദയാക്കീടാനാധാരമങ്ങുതന്നെ"

1930ൽ സമസ്ത മലബാർ ആത്മവിദ്യാസംഘം സമ്മേളനത്തിലാണ്
അംശി ഈ വരികൾ ഉൾപ്പെടെ 14 വരി കവിത വാഗ്ഭടാനന്ദന് നേരിട്ട്
സമർപ്പിച്ചത്.

"ഞാനാദ്യമായി വാഗ്ഭടാനന്ദ ഗുരുവിനെ ദർശിച്ചത് കോഴിക്കോട്
ടൗൺഹാളിൽ വെച്ചാണ്. അത് ആദ്യത്തെ നബിദിന യോഗമായിരുന്നു.

ശ്രീനാരായണ ഗുരു

ടൗൺഹാളിലെ ആ യോഗം സംഘ ടിപ്പിച്ചത് യശശ്ശരീരനായ മുഹമ്മദ് അബ്ദുർറഹിമാൻ സാഹിബായിരുന്നു. ആ യോഗത്തിൽ നബി തിരുമേനിയെപ്പറ്റി വാഗ്ഭടാനന്ദ ഇരു ചെയ്ത പ്രഭാഷണം അത്യന്ത സുന്ദരവും വിചാര ഗംഭീരവുമാ യിരുന്നു. അന്യമത വിദ്വേഷത്തിന്റേയോ ജാതിഭേദത്തിന്റേയോ കറപുരളാത്തതാ യിരുന്നു അദ്ദേഹത്തിന്റെ വാഗ്ധോരണി. ഒരു പ്രവാഹം പോലെ അതു നിർഗളിക്ക മ്പോൾ, എല്ലാ മതങ്ങളുടേയും അവഗാഢ മായ പഠനത്തിന്റെ ഫലമായ സംസ്കാരം അതിൽ ഓളംതള്ളി വരുന്നതായി ശ്രോതാക്കൾക്ക് അനുഭവപ്പെട്ടും. ഹൈന്ദവ വേദശാസ്ത്രങ്ങളിലുള്ള സ്വാമികളുടെ പാണ്ഡിത്യം സർവവി ദിതമാണല്ലോ. എന്നാൽ അതുപോലെ എല്ലാ മതങ്ങളെയും അദ്ദേഹം പഠിക്കുകയും സ്നേഹിക്കുകയും ചെയ്തിരുന്നു. ഇസ്ലാം മതത്തിൽ അത്യന്തമായ പാണ്ഡിത്യം തന്നെ അദ്ദേഹത്തിനുണ്ടായിരുന്നു."

(വാഗ്ഭടാനന്ദന്റെ സമ്പൂർണ കൃതികൾ. പേജ് 34)

ജന്മി നാട്ടുവാഴിത്തത്തിന്റെ നിലനിൽപ്പിന്നാധാരം പ്രധാനമാ യും ജാതി വ്യവസ്ഥയാണ്. ഉൽപ്പാദന ഉപകരണ വ്യവസ്ഥയുടെ ഉടമകൾക്കാണ് മൂലധന വ്യവസ്ഥയുടെ നിയന്ത്രണം. യഥാർത്ഥ ഉൽപ്പാദകരായ തൊഴിലാളി വർഗത്തെ ഭിന്നിപ്പിച്ച നിർത്താൻ ജാതിയോളം വലുതായി ഒന്നുമില്ലെന്നറിയാവുന്നവരാണ് ജന്മിമാർ. ഇക്കാര്യം നന്നായി തിരിച്ചറിഞ്ഞു എന്നതാണ് വാഗ്ഭടാനന്ദന്റെ മഹത്വം. മലബാറിലെ തൊഴിൽ മേഖലയിൽ നിന്ന് ജാതിശ്രേണി യിലെ കീഴറ്റക്കാർ ആട്ടിയോടിക്കപ്പെടുന്നത് കണ്ട് വേദനിച്ച ഹൃദ യമായിരുന്നു വാഗ്ഭടാനന്ദന്റേത്. അധ്വാനിക്കുന്നവന്റെ സംഘടിത ശേഷിയിലാണ് അദ്ദേഹം മഹത്വം കണ്ടെത്തിയത്. ജന്മിത്തത്തിനെ തിരായ ആയുധത്തിന്റെ മൂർച്ച കൂട്ടിയാൽ അത് അധിനിവേശത്തിന്റെ തലയറുക്കുമെന്ന് വാഗ്ഭടാനന്ദനറിയാമായിരുന്നു. ചൂഷണത്തിൽ നിന്ന് അടിയാളരെ വിമോചിപ്പിക്കാൻ അദ്ദേഹം ബദൽ തൊഴിലാളി സംസ്കാരം കെട്ടിപ്പടുക്കാൻ തീരുമാനിച്ചു. അതനുസരിച്ച് തന്റെ ശിഷ്യന്മാരിൽ പലർക്കും അദ്ദേഹം സംഘടിത ശേഷിയുടെ വെളിച്ചം പകർന്നു. അങ്ങനെയാണ് പഴയ കാരക്കാട് ദേശത്ത് വാഗ്ഭടാനന്ദന്റെ

അനുയായികൾ അദ്ദേഹത്തിന്റെ ആശയങ്ങളിൽ പ്രചോദിതരായി ഊരാളങ്കൽ കൂലിവേലക്കാരുടെ സംഘം രൂപീകരിച്ചത്. ജാതീയ ഉച്ചനീചത്വങ്ങൾക്കെതിരെ പ്രതികരണത്തിന്റെയും പ്രതിരോധത്തി ന്റെയും നെട്ടങ്കോട്ടൽ അടിത്തറ പാകാനൊരുങ്ങിയവർക്ക് ജന്മിമാർ തൊഴിൽ നിഷേധിച്ചു. പ്രത്യേകിച്ച് ഈഴവർക്കെതിരെയായിരുന്ന തൊഴിൽ വിലക്ക്. അവർക്ക് ജോലി ചെയ്യാനാവശ്യമായ അന്തരീക്ഷം. അതിനായിരുന്ന സംഘത്തിന്റെ രൂപീകരണം. 1912ലെ ഗവൺമെന്റ് ഓഫ് ഇന്ത്യാ ആക്ടിലെ വ്യവസ്ഥകൾ പ്രകാരമാണ് കൂലിവേലക്കാരുടെ സംഘത്തിന്റെ രജിസ്ട്രേഷൻ.

ചാപ്പയിൽ കുഞ്ഞേക്ക ഗുരിക്കൾ, വണ്ണാത്തിക്കണ്ടി വലിയ കണ്ണൻ, മുതിരയിൽ ചെക്കോട്ടി, കാട്ടിൽ രാമൻ, പാലേരി ചന്തമ്മൻ, കോയന്റ വളപ്പിൽ ആണ്ടി, വല്ലത്ത് അമ്പു മേസ്തിരി, മത്തിൽ ചാത്തു, കയ്യാല കണാരൻ, ടി.കെ കുഞ്ഞാപ്പ മാസ്റ്റർ, കയ്യാല ചെക്ക, കാട്ടിൽ ആണ്ടി മാസ്റ്റർ, പാലേരി കണാരൻ മാസ്റ്റർ എന്നിവരാണ് സംഘത്തിന്റെ രൂപീകരണത്തിലും വളർച്ചയിലും പ്രധാന പങ്കുവഹിച്ചവർ.

ശ്രദ്ധാശ്രദ്ധ നിബന്ധ ജാതി വ്യവസ്ഥയെ വെല്ലുവിളിച്ചവർ എന്ന നിലയിൽ ഇവർ ചരിത്രത്താളുകളിൽ എന്നും ഓർമിക്കപ്പെടേണ്ടവ രാണ്. കൊളോണിയൽ കാലഘട്ടത്തിൽ പോലും മലബാറിന്റെ വിവിധ ഭാഗങ്ങളിൽ നിലനിന്ന തൊട്ടുകൂടായ്മ, തീണ്ടിക്കൂടായ്മ, ഭ്രഷ്ട് എന്നിവ യ്ക്കെതിരായ ശക്തമായ പ്രതിഷേധം കൂടിയായിരുന്ന സംഘത്തിന്റെ രജിസ്ട്രേഷനും അനുബന്ധ പ്രവർത്തനങ്ങളും.

ഇതോടൊപ്പം മലബാറിന്റെ പരിവർത്തനത്തിൽ നിർണായക പങ്ക് വഹിച്ചവരാണ് ക്രിസ്ത്യൻ മിഷണറിമാർ. 1839ൽ തലശ്ശേരിയിലെ നെട്ടൂരിൽ താമസിച്ച് സുവിശേഷ പ്രവർത്തനത്തിലേർപ്പെട്ട ഡോ. ഹെർമൻ ഗുണ്ടർട്ടിന്റെ സംഭാവന പ്രധാനമാണ്. അദ്ദേഹത്തിന്റെ ഇടപെടൽ മൂലമാണ് ചോമ്പാലയിലെ കടലോര തൊഴിലാളികൾക്ക് വിദ്യാഭ്യാസം ലഭിച്ചത്. 1844ൽ ചോമ്പാലക്കാരനായ മന്നൻ വൈദ്യർ ക്രിസ്തുമതത്തിൽ ചേർന്ന് 'പൗൾ' എന്ന പേര് സ്വീകരിച്ചു. അദ്ദേഹത്തി ന്റെ സഹപാഠി കുങ്കൻ ഗുരുക്കളും ഇതേ പാത തന്നെ തെരഞ്ഞെടുത്ത് 'യാക്കോബ്' ആയി. ജനങ്ങളുടെ വിദ്യാഭ്യാസം ലക്ഷ്യമാക്കി ഹെർമൻ ഗുണ്ടർട്ട് ചോമ്പാലയിൽ ഒരു സ്കൂൾ സ്ഥാപിച്ചു. പൗളും യാക്കോബും അവിടത്തെ അധ്യാപകരായി. ഇതിനു പുറമെ ക്രിസ്ത്യൻ മിഷണറിമാർ ചോമ്പാലയിലെ ജനതയുടെ സാമൂഹ്യ സാമ്പത്തിക പിന്നാക്കാവസ്ഥ യ്ക്ക് പരിഹാരം കാണുന്നതിന് ചോമ്പാലയിൽ ആദ്യത്തെ നെയ്ത്തുശാല

തുടങ്ങി. 1872ൽ ചോമ്പാല പാതിരിക്കുന്നിൽ അനാഥശാല നിർമിച്ച് ജാതിമത വ്യത്യാസമില്ലാതെ പെൺകുട്ടികൾക്ക് വിദ്യാഭ്യാസം നൽകി മിഷണറിമാർ. 1900ൽ സിസ്റ്റർ ഫ്രീസ അനാഥാലയത്തോട് ചേർന്ന് ഒരു ആശ്രുപത്രി സ്ഥാപിച്ചു. ഈ സ്ഥാപനങ്ങളെല്ലാം കാരക്കാട്ടെയും ഒഞ്ചിയത്തെയും പിൽക്കാല നവോത്ഥാനത്തെയും തൊഴിലാളി വർഗ മുന്നേറ്റത്തെയും നിർണായകമായി സ്വാധീനിച്ചിട്ടുണ്ട്.

പില്‍ക്കാല രാഷ്ട്രീയത്തിന്റെ അടിയൊഴുക്ക്

1917 ലെ റഷ്യന്‍ വിപ്ലവവും മലബാറിലെ ജനതയുടെ നെഞ്ചില്‍ വിമോചന സ്വപ്നത്തിന്റെ അഗ്നി കോരിയിട്ടു. സാമൂഹിക കാഴ്ചപ്പാടില്‍ ചുവപ്പന്‍ സ്വപ്നങ്ങള്‍ക്ക് പ്രാധാന്യം ലഭിച്ചു. തലശ്ശേരിയില്‍ നിന്നും കോഴിക്കോട്ട നിന്നും പ്രസിദ്ധീകരിച്ചിരുന്ന 'തീയ്യരുടെ മുഖപത്രു'മായ മിതവാദിയില്ലൂടെ അഡ്വക്കറ്റ് സി.കൃഷ്ണന്‍ റഷ്യന്‍ വിപ്ലവത്തിന്റെ അലകള്‍ ജനമനസ്സിലെത്തിച്ചു. ജാതിരഹിത ചൂഷണമുക്ത രാഷ്ട്രം റഷ്യയില്‍ പിറവികൊണ്ടു എന്ന വാര്‍ത്ത മലബാറിലെ തൊഴിലാളികളെ ഹഠാദാകര്‍ഷിച്ചു.

കാരക്കാട്ടെ മത്സ്യത്തൊഴിലാളികളം സാമൂഹ്യ പരിവര്‍ത്തനത്തില്‍ ശ്രദ്ധേയ പങ്കാണ് വഹിച്ചത്. അരയ സമുദായത്തില്‍ ജനിച്ച് ഉന്നത വിദ്യാഭ്യാസം നേടിയ റാവു ബഹദൂര്‍ വലിയ വീട്ടില്‍ ഗോവിന്ദന്‍ മലബാറിന്റെ തീരദേശങ്ങളില്‍ വിദ്യാഭ്യാസ പ്രോത്സാഹനത്തിനായി 8 ഫിഷറീസ് സ്കൂളകളാണ് സ്ഥാപിച്ചത്. അതിലൊന്നാണ് 1920ല്‍ മടപ്പള്ളിയില്‍ തുടങ്ങിയ ഫിഷറീസ് സ്കൂള്‍. 1888ല്‍ തന്നെ കാരക്കാട്ട് ബാസില്‍ മിഷന്‍കാര്‍ ഒരു സ്കൂള്‍ ആരംഭിച്ചിരുന്നു. കണ്ണന്‍ ഗുരുക്കള്‍ തുടങ്ങിയ വിദ്യാലയം മിഷന്‍കാര്‍ ഏറ്റെടുത്തതോടെ ഹിന്ദു ബോയ്സ് സ്കൂളായി പില്‍ക്കാലത്ത് മിഷന്‍കാര്‍ സ്കൂള്‍ ഗോപാലന്‍ കമ്പോണ്ടര്‍ എന്ന യാള്‍ക്ക് കൈമാറി. ഇതാണ് ഇന്നത്തെ കാരക്കാട് എല്‍.പി സ്കൂള്‍.

അയിത്തത്തിന്റെയും തീണ്ടലിന്റെയും ദയാരഹിതമായ അവസ്ഥയെ ക്കുറിച്ച് 1924 ഏപ്രില്‍ 19ന്റെ മാതൃഭൂമി പത്രം എഴുതിയിട്ടുണ്ട്. അമ്പാട്ട് ശിവരാമമേനോന്റെ പ്രസംഗമാണ് മാതൃഭൂമി റിപ്പോര്‍ട്ട് ചെയ്തത്.

"പരസ്പര സഹായസംഘങ്ങളുടെ അഭിവൃദ്ധിക്ക് വലിയ

പ്രതിബന്ധങ്ങളായി നിൽക്കുന്നത് മൂന്ന് കൂട്ടമാണ്. ഒന്ന് അയിത്തവും തീണ്ടലും. ഒന്ന് ഹിന്ദു മുസ്ലിം മത്സരം. ഒന്ന് ജന്മി കുടിയാൻ കഴപ്പം. അയിത്തം ഇന്ത്യയിൽ ഒട്ടാകെ ബാധിച്ചിട്ടുള്ള ഒരു ദോഷമാണെങ്കി ലും, മലബാറിൽ ഉള്ളപോലെ അത്ര ബീഭത്സമായ രൂപത്തിൽ അത് മറ്റൊരു ദിക്കിലും കാണപ്പെടുന്നില്ല. ഇതാണ് കേരളം ഒരു ഭ്രാന്താലയ മാണെന്നു വിവേകാനന്ദ സ്വാമി പറഞ്ഞതിന്റെ കാരണം. ഹിന്ദുക്കളിൽ അധഃകൃതന്മാർക്ക് ഉയർന്ന ജാതിക്കാരെ തൊടവാനും തീണ്ടവാനും പാടില്ലെന്നുള്ള സമ്പ്രദായം മനുഷ്യസ്വഭാവത്തിനും സമുദായാഭിവൃദ്ധിക്കും ഒട്ടും യോജിച്ചിട്ടുള്ളതല്ല. എല്ലാവരും ഒത്തൊരുമിച്ച വർത്തിക്കേണമെ ന്നാണ് ഐക്യസംഘത്തിന്റെ മൂലസിദ്ധാന്തം." (മാതൃഭൂമി 1924 ഏപ്രിൽ 19). 1920 ജൂണിൽ മലബാറിൽ ആകെ നാല് സഹകരണ സംഘങ്ങൾ മാത്രമായിരുന്നു ഉണ്ടായിരുന്നത്. എന്നാൽ പിന്നീടത് പത്തെണ്ണമായി ഉയർന്നു.

ഊരാളുങ്കൽ കൂലിവേലക്കാരുടെ സംഘം 1922 ഫെബ്രവരി 22ന് ഊരാളുങ്കൽ ഐക്യനാണയ സംഘം എന്ന പേരിൽ പ്രവർത്തനമാ രംഭിച്ചു. 1925 ഫെബ്രവരി 13നാണ് ഐക്യസംഘം രജിസ്റ്റർ ചെയ്തത്.

കോൺഗ്രസ് സോഷ്യലിസ്റ്റ് പാർട്ടിയുടെ രൂപീകരണമാണ് മലബാറിലെ കർഷക പ്രസ്ഥാനത്തിന് കൂടുതൽ കരുത്തു നൽകിയത്. മലബാറിൽ പാർട്ടിയുടെ ശാഖ രൂപീകരിച്ചതോടെ സോഷ്യലിസ്റ്റ് ആശയങ്ങൾ മെല്ലെ മെല്ലെ വ്യാപിച്ചു. ജയപ്രകാശ് നാരായണന്റെ 'സോഷ്യലിസം എന്തിന്' എന്ന പുസ്തകം നേതാക്കൾ അണികളെ പരിചയപ്പെടുത്തി. കർഷകരുടെയും തൊഴിലാളികളുടെയും ഐക്യനി രച്ച് സ്വാതന്ത്ര്യസമരത്തെ മുന്നോട്ട നയിക്കാൻ കഴിയുമെന്ന വിശ്വാസം വ്യാപകമായി. കർഷക ദുരിതാശ്വാസ നടപടികളാണ് സ്വാതന്ത്ര്യസമര ത്തിന്റെ ലക്ഷ്യമെന്ന് സോഷ്യലിസ്റ്റ് പാർട്ടി പ്രവർത്തകർ ജനങ്ങളോട് പറഞ്ഞു. അധഃസ്ഥിത ജാതിക്കാരെന്ന നിലയിൽ അവശതയനുഭവിച്ചിരു ന്ന മലബാറിലെ കർഷക സമൂഹം അതോടെ ദേശീയ പ്രസ്ഥാനത്തിന്റെ ഭാഗമായി. നെയ്ത്ത്, ഓട്, കയർ ഫാക്ടറി തൊഴിലാളി സംഘടനകളുടെ രൂപീകരണത്തോടെ തൊഴിൽ രംഗത്ത് പുതിയ ആവേശം പ്രകടമായി. വർഗപരമായി സംഘടിക്കേണ്ടതിന്റെ പ്രാധാന്യം കൂടുതൽ തൊഴിലാ ളികൾ മനസ്സിലാക്കി. ജന്മിത്തത്തെയും കുത്തക മുതലാളിത്തത്തെയും ചോദ്യം ചെയ്യണമെങ്കിൽ വർഗം എന്ന നിലയിൽ സംഘടിച്ചേ മതിയാവൂ എന്ന് ഓരോ തൊഴിലാളിയെയും ബോധ്യപ്പെടുത്താൻ കോൺഗ്രസ്

സോഷ്യലിസ്റ്റ് പാർട്ടി നേതാക്കൾക്കായി. അങ്ങനെ ഗാന്ധിയൻ മാർഗത്തിൽ നിന്ന് തികച്ചും വ്യത്യസ്തമായ ചിന്താരീതി മലബാറിൽ പലരിലും രൂപപ്പെട്ടു.

ദേശീയ പ്രസ്ഥാനത്തിന്റെ മൂല്യങ്ങളെയും നിർമാണ പ്രവർത്തനങ്ങളെയും ജനങ്ങളിലെത്തിച്ചത് കർഷക സംഘവും അതിന്റെ നേതാക്കളുമായിരുന്നു. കോൺഗ്രസ് സോഷ്യലിസ്റ്റ് പാർട്ടിയുടെ ഉള്ളിൽ തന്നെ ഇ.എം.എസും എൻ.സി ശേഖരം കെ.ദാമോദരനും മുൻകൈയെടുത്ത് രൂപീകരിച്ച കമ്മ്യൂണിസ്റ്റ് പാർട്ടിയുടെ സെല്ലും അതിന് എസ്.വി ഘാട്ടെ നൽകിയ പിന്തുണയും മലബാറിന്റെ പിൽക്കാല രാഷ്ട്രീയത്തിന്റെ അടിയൊഴുക്കിനെ സ്വാധീനിച്ചു. 1939ൽ പിണറായി പാറപ്രത്തെ സമ്മേളനത്തിന ശേഷം മലബാറിലെ കോൺഗ്രസ് സോഷ്യലിസ്റ്റ് പാർട്ടിയുടെ മുഴവൻ ഘടകവും കേരളത്തിലെ കമ്മ്യൂണിസ്റ്റ് പാർട്ടിയായി പ്രവർത്തിക്കാൻ തീരുമാനിച്ചതും നിർണായകമായിരുന്നു.

1939 സെപ്റ്റംബർ 2ന് രണ്ടാംലോക മഹായുദ്ധം പൊട്ടിപ്പുറപ്പെട്ടതിനെ തുടർന്ന് സ്വാതന്ത്ര്യസമര പ്രസ്ഥാനം പുത്തൻ വഴിത്തിരിവിലായിരുന്നു. യുദ്ധത്തിനോട് ഇന്ത്യ സ്വീകരിക്കേണ്ട നിലപാടിനെ ചൊല്ലി വൈരുദ്ധ്യങ്ങൾ രൂപപ്പെട്ടു. യുദ്ധത്തിൽ ഇന്ത്യ പങ്കാളിയാണെന്ന് ബ്രിട്ടീഷ് ഗവൺമെന്റ് സ്റ്റേറ്റ് സെക്രട്ടറിയായ ആമറി സായ്പ് പ്രഖ്യാപിച്ചു. ഇന്ത്യക്കാരുടെ മനസ്സറിയാതെ ഏകപക്ഷീയമായ ബ്രിട്ടന്റെ ഈ പ്രഖ്യാപനം ഗാന്ധിജിയടക്കം ദേശീയ നേതാക്കളെ പ്രകോപിപ്പിച്ചു. ഇതിനെതിരെ അഖിലേന്ത്യാ ട്രേഡ് യൂണിയൻ കോൺഗ്രസ്സും അഖിലേന്ത്യാ കിസാൻ സഭയും വിദ്യാർത്ഥി ഫെഡറേഷനും പ്രക്ഷോഭപാതയിൽ അണിനിരന്നു. ഇതിന്റെ ഭാഗമായി 1940 സെപ്റ്റംബർ 15 പ്രതിഷേധ ദിനമായി ആചരിക്കാൻ കെ.പി.സി.സി. നേതൃത്വം തീരുമാനമെടുത്തു. കോൺഗ്രസ് മന്ത്രിസഭകൾ രാജിവെച്ചു. ഗാന്ധിയൻ സമരമുറ ഉപേക്ഷിച്ചായിരുന്നു പ്രക്ഷോഭം. മൊറാഴ, മട്ടന്നൂർ, തലശ്ശേരി, വടകര എന്നിവിടങ്ങളിൽ 144-ാം വകുപ്പ് ലംഘിച്ച് പ്രതിഷേധ പ്രകടനങ്ങളും പൊതുയോഗങ്ങളും ചേർന്നു. തലശ്ശേരിയിൽ അബ്ദുവും ചാത്തുക്കുട്ടിയും രക്തസാക്ഷികളായി. മൊറാഴയിൽ കെ.പി.ആറിന്റെയും വിഷ്ണു ഭാരതീയന്റെയും നേതൃത്വത്തിലായിരുന്ന പ്രതിഷേധം. അവിടെ സംഘർഷത്തിൽ കുട്ടിക്കൃഷ്ണ മേനോൻ എന്ന സബ് ഇൻസ്പെക്ടർ കൊല്ലപ്പെട്ടു. ഈ കേസിലാണ് കെ.പി. ആർ ഗോപാലനെ തൂക്കിലേറ്റാൻ വിധിച്ചത്. എന്നാൽ തൂക്കുകയറിൽ നിന്നും കെ.പി.ആർ ഗോപാലൻ പിന്നീട് ഒഴിവായി. വടകരയിൽ കമ്മ്യൂണിസ്റ്റ് പാർട്ടിയുടെ ഉശിരനായ സംഘാടകൻ പി.പി ശങ്കരന്റെ

നേതൃത്വത്തിലായിരുന്നു പ്രകടനം. ചുരുട്ട തൊഴിലാളികളായിരുന്നു പങ്കെടുത്തവരിൽ ഏറിയ പേരും. പൊലീസ് പ്രകടനത്തിന് നേരെ ലാത്തിചാർജ് നടത്തി. ചിലർക്ക് പരിക്ക് പറ്റി. എന്നാൽ ഈ സംഭവ ത്തോടനുബന്ധിച്ച് വടകരയിലും പരിസരത്തും പൊലീസ് നടത്തിയത് തേർവാഴ്ച തന്നെയായിരുന്നു. പലരും അറസ്റ്റിലായി. ക്രൂരമായ മർദ്ദന ങ്ങൾക്കിരയായി മിക്കവരും. കുറേപ്പേർ തടവിലായപ്പോൾ മറ്റ പലർക്കും ഒളിവിൽ കഴിയേണ്ടിവന്നു.

ലോകമഹായുദ്ധം പുതിയ വഴിത്തിരിവിലായതോടെ ജപ്പാൻ ഇന്ത്യാ ആക്രമണത്തിന് മുതിർന്നു. ഇതിനെതിരെ ജനങ്ങളെ ബോധവൽക്കരി ക്കുന്നതിന് തൊഴിലാളികളും നേതാക്കളും രംഗത്തെത്തി. നാട്ടിലാകെ ജാപ്പ് വിരുദ്ധ മേളകൾ സംഘടിപ്പിക്കപ്പെട്ടു. ഒഞ്ചിയത്തും കണ്ണുക്കരയി ലും മേള നടന്നു. ജാപ്പ് വിരുദ്ധ പ്രക്ഷോഭത്തെക്കുറിച്ച് പി.കൃഷ്ണപ്പിള്ള 1942 ഒക്ടോബർ 25ന് ദേശാഭിമാനിയിൽ എഴുതിയത് ഇങ്ങനെയാണ്. "നമ്മുടെ നാട് വലിയൊരു ആപത്തിൽ പെടാൻ പോവുകയാണ്. നമ്മുടെ പ്രിയപ്പെട്ട തിരുവിതാംകൂർ കടലില്ലൂടെയുള്ള ഒരാക്രമണത്തി നിരയാകാൻ ഏത് നിമിഷത്തിലും ഇടയുണ്ട്. ജാപ്പ് കൊള്ളക്കാർ ബർമ വരെ എത്തിക്കഴിഞ്ഞു. ജാവ, സുമാത്ര മുതലായ ദ്വീപുകൾ അവർ ആക്രമിച്ച കീഴടക്കിക്കഴിഞ്ഞു. ഇന്ത്യയുടെ വടക്ക് കിഴക്ക് ഭാഗമായ ആസാമിനെയും തെക്കെ ഭാഗത്തെ കടൽത്തീര രാജ്യങ്ങളായ ഒറീസ, ആന്ധ്ര, തമിഴ്നാട് എന്നീ പ്രദേശങ്ങളെയും ആക്രമിക്കാനാണ് അവർ ഇപ്പോൾ ഒരുക്ക് കൂട്ടിക്കൊണ്ടിരിക്കുന്നത്. എന്തിനാണ് ഈ ജാപ്പ കൊള്ളക്കാർ നമ്മുടെ മനോഹരമായ മലയാളക്കരയെ ആക്രമിക്കാൻ വരുന്നത്? നമ്മുടെ ശത്രുക്കളായ ബ്രിട്ടീഷ് ഭരണാധികാരികളെ ഇവിടെ നിന്നും തുരത്തിക്കളയാനും നമുക്ക് സ്വാതന്ത്ര്യം തരുവാനുമാണെന്ന് ജാപ്പേജന്റുമാർ നാട്ടുകാരുടെ ചെകിട്ടിൽ ഊതിക്കയറ്റുന്നു. ജപ്പാൻ വന്നാൽ തിരുവിതാംകൂറിലെ സ്വേച്ഛാധിപത്യ ഭരണം നശിക്കുമെന്ന് അവർ ജനങ്ങളെ ആശ്വസിപ്പിക്കുന്നു. നിത്യോപയോഗ സാധനങ്ങളുടെ അക്രമമായ വിലക്കയറ്റം കൊണ്ടും പട്ടിണി കൊണ്ടും കഷ്ടപ്പെടുന്ന പാവങ്ങളോട് ജപ്പാൻ വന്നാൽ അരി വില കുറയും, പട്ടിണി തീരും എന്നെല്ലാം ഇവർ തട്ടിമൂളിക്കുന്നു. ഇതെല്ലാം പച്ചക്കളവാണ്. അവർ ബ്രിട്ടീഷുകാരെ ആട്ടിയോടിക്കാൻ വിചാരിക്കുന്നത് നമുക്ക് സ്വാതന്ത്ര്യം തരാനല്ല, ബ്രിട്ടീഷുകാരിൽ നിന്നും അധികാരം തട്ടിയെടുത്ത് ആ സ്ഥാ നത്തിരുന്നു തങ്ങളുടെ ചൂഷണവും കൊള്ളയും നടത്താൻ വേണ്ടിയാണ്. നമ്മുടെ അയൽ രാജ്യമായ ദേശീയ ചൈനയെ അടിമയാക്കാൻ വേണ്ടി

ഈ കൊള്ളക്കാരുടെ പട്ടാളത്തലവന്മാർ അഞ്ചു കൊല്ലമായി രാപ്പക
ലില്ലാതെ പരിശ്രമിച്ചവരുന്നു. ആയിരക്കണക്കിന് നിരപരാധികളായ
ചൈനക്കാരെ ഇവർ നിർദയം ബോംബിട്ട കൊന്നു. പിടിച്ചടക്കിയ
നഗരങ്ങളിലെ ജനങ്ങളെ കാട്ടാളന്മാർ കൂടി ചെയ്യാത്ത അക്രമ പ്രവൃ
ത്തികൾക്ക് ഇരയാക്കിയിരിക്കുന്നു. സ്ത്രീകളെ മാനഭംഗം ചെയ്യുക എന്നത്
ജാപ്പ് കാട്ടാളന്മാരുടെ ഒരു സാധാരണ വിനോദമാണ്. ജനങ്ങൾക്ക്
അത്യാവശ്യമായ സാധനങ്ങൾ പോല്യം പട്ടാളക്കാർ പട്ടാപ്പകൽ
കൊള്ളയടിക്കുന്നു. ലോക മേധാവിത്വത്തിനു വേണ്ടി പുറപ്പെട്ടിട്ടുള്ള
ഈ ജാപ്പ് ഫാസിസ്റ്റ് തീവേട്ടിക്കൊള്ളക്കാർ ഒരു ഭാഗത്തുനിന്ന് നമ്മുടെ
നേർക്ക് കുതിച്ചപാഞ്ഞു വരികയാണെങ്കിൽ, റഷ്യയിലെ ചുവപ്പ പട്ടാ
ളക്കാരുടെ ധീരമായ ചെറുത്തുനിൽപ്പിനെ തോൽപ്പിക്കാൻ വേണ്ടി
സ്റ്റാലിൻ ഗ്രാഡിനമേൽ തല തല്ലിച്ചാവുന്ന ജർമൻ നാസി പിശാച്ചക്കൾ
മറുഭാഗത്തുനിന്നം ഇങ്ങോട്ടാക്രമിക്കാൻ ശ്രമിക്കുന്നു. ചൈനയിലെയും
റഷ്യയിലെയും പടയാളികളാണ് ഇതേവരെ നമ്മുടെ നാടിനെയും
നാട്ടാരെയും ഈ കൊള്ളക്കാരിൽ നിന്ന് രക്ഷിച്ചത്. ഇനി നാം തന്നെ
നമ്മുടെ രാജ്യത്തെ രക്ഷിക്കേണ്ട അവസരമെത്തിയിരിക്കുന്നു."

കണ്ണക്കരയിലെ ജാപ്പ് വിരുദ്ധ മേളയുടെ പ്രധാന സംഘാടകൻ
ധീരനായ സമര പോരാളി മണ്ടോടിക്കണ്ണനായിരുന്നു. കണ്ണൻ ചെയർ
മാനായ സ്വാഗതസംഘമാണ് പ്രവർത്തിച്ചത്. മൊറാഴ കേസിൽ വധശി
ക്ഷയ്ക്ക് വിധിക്കപ്പെട്ട കെ.പി.ആർ ഗോപാലന്റെ നാമധേയത്തിലാണ്
ജാപ്പ് വിരുദ്ധ സമ്മേളന നഗരി അറിയപ്പെട്ടത്. കെ.പി.ആർ ഗോപാലൻ
ആ സമ്മേളന നഗരിയിൽ എത്തിയപ്പോൾ അവിടെ കൂടിയിരുന്നവരിൽ
അത് ആവേശോജ്വല പ്രതികരണങ്ങളാണ് ഉണ്ടാക്കിയതെന്ന് ജാപ്പ്
വിരുദ്ധ പ്രക്ഷോഭത്തിൽ പങ്കെടുത്ത വള്ളിക്കാട്ടെ തയ്യിൽ കുനിയിൽ
കുഞ്ഞിരാമൻ രേഖപ്പെടുത്തിയിട്ടുണ്ട്.

"മണ്ടോടി കണ്ണേട്ടന്റെ സംഘാടക മികവിന് പേർ കേട്ടതു കൂടിയാണ്
ജാപ്പ് വിരുദ്ധ മേള. ആറുകണക്കിനാളകൾക്ക് വന്നിരിക്കാൻ തയ്യാറാ
ക്കിയ പന്തൽ തന്നെ പ്രൌഢിയുള്ളതായിരുന്നു. ജനങ്ങളുടെ പങ്കാളി
ത്തം ഉറപ്പാക്കുന്നതിന് അവരുടെ കൈയ്യിൽ നിന്നു തന്നെ ഓലയായും
മുട്ടയായും വെണ്ണീരായും സ്വർണമായും പിരിവെടുത്തു വാങ്ങിയാണത്
നടത്തിയത്. തൊഴിൽ നിഷേധം നടത്തുന്ന ജന്മിമാർക്കെതിരെയും
അവർക്ക് ഓശാന പാടുന്ന ഭരണക്കൂടത്തിനെതിരെയുമാണ് കെ.പി.
ആർ ഗോപാലൻ പ്രസംഗിച്ചത്. കെ.പി.ആർ പ്രസംഗിച്ച സമ്മേളന
സ്ഥലമെന്ന നിലയ്ക്കാണ് കണ്ണക്കരയ്ക്കെടുത്ത ആ പ്രദേശത്തിന് കെ.പി.

ആർ നഗർ എന്ന പേര് വീണത്. മാത്രമല്ല ഒഞ്ചിയത്തെ കമ്മ്യൂണിസ്റ്റ് പാർട്ടിക്ക് സർവജനങ്ങളിലും മതിപ്പുണ്ടാക്കുന്നതിന് ജാപ്പ് വിരുദ്ധ സമ്മേളന സംഘാടനത്തിന് കഴിഞ്ഞിട്ടുണ്ട്. എന്നെപ്പോലെ അന്നത്തെ ചെറുപ്പക്കാർക്ക് കെ.പി.ആർ ഗോപാലന്റെയും എം.കെ കേളുവേട്ടന്റെ യും പി.പി ശങ്കരേട്ടന്റെയും പ്രസംഗങ്ങൾ നൽകിയ ഊർജം എത്രയെന്ന് ഇന്ന് പറയാനാവില്ല."

(ഇന്ത്യൻ എക്സ്പ്രസ് മുൻ ലേഖിക രനിത/വളളിക്കാട് കുഞ്ഞിരാമൻ-അഭിമുഖം)

കുറുമ്പ്രനാട് താലൂക്ക് കമ്മിറ്റി യോഗം

1948 ഏപ്രിൽ 29ന് കമ്മ്യൂണിസ്റ്റ് പാർട്ടിയുടെ കുറുമ്പ്രനാട് താലൂക്ക് കമ്മിറ്റി യോഗം ഒഞ്ചിയത്ത് ചേരുന്നു. ഈ വിവരം പൊലീസ് എങ്ങനെയോ മണത്തറിഞ്ഞിട്ടുണ്ടാവണം. പാർട്ടിയുടെ ശക്തികേന്ദ്രമായ ഒഞ്ചിയം നേതാക്കളെ സുരക്ഷിതമായി കാത്തുസൂക്ഷിക്കുന്ന ഒളിത്താവളം കൂടിയാണെന്ന് പൊലീസ് സംശയിച്ചിരിക്കാം. കൽക്കത്താ കോൺഗ്രസ് കഴിഞ്ഞ് നേതാക്കൾ എത്തിക്കൊണ്ടിരുന്നതേയുള്ളൂ. കോൺഗ്രസ്സിൽ പങ്കെടുത്ത പ്രതിനിധികൾ പരമ രഹസ്യമായി സ്വന്തം ദേശങ്ങളിലേക്ക് മടങ്ങിവരുന്ന സമയം. ചരിത്രപ്രസിദ്ധമായ കൽക്കത്താ പാർട്ടി കോൺഗ്രസ്സ് തീരുമാനം കേട്ട് കലികയറിയ ഭരണാധികാരികൾ ഉറഞ്ഞുതുള്ളാൻ ആരംഭിച്ചിരുന്നു.

ഇങ്ങനെ പ്രത്യക്ഷവും സങ്കീർണവുമായ ദേശീയ രാഷ്ട്രീയ പശ്ചാത്തലത്തിലാണ് 1948 ഏപ്രിൽ 29ന് പാർട്ടിയുടെ കുറുമ്പ്രനാട് താലൂക്ക് കമ്മിറ്റി യോഗം ഒഞ്ചിയത്ത് ചേരാൻ തീരുമാനിച്ചത്. മനുഷ്യവേട്ടക്ക് ഏപ്രിൽ 30 തെരഞ്ഞെടുത്തത് തികച്ചും ബോധപൂർവമായിരുന്നു.

കൊയിലാണ്ടി, വടകര താലൂക്കുകൾ ഉൾപ്പെടുന്ന പഴയ കുറുമ്പ്രനാട് താലൂക്ക് കമ്മ്യൂണിസ്റ്റ് പാർട്ടി സെക്രട്ടറി സ: എം.കുമാരൻ മാസ്റ്റ റായിരുന്നു. എം.കെ കേളുഏട്ടൻ, ടി.കെ.കെ അബ്ദുള്ള, രാമക്കുറുപ്പ്, പി.പി ശങ്കരൻ, എം.കെ രാമൻ മാസ്റ്റർ, കെ.പി കുഞ്ഞിരാമൻ, അപ്പ നമ്പ്യാർ, എം.കെ കൃഷ്ണൻ നമ്പ്യാർ, യു.കുഞ്ഞിരാമൻ എന്നിവർ കമ്മിറ്റി അംഗങ്ങൾ ആയിരുന്നു. നാടിന്റെ നാനാഭാഗത്തുനടക്കുന്ന പൊലീസ് അതിക്രമങ്ങൾ, ഗുണ്ടാവിളയാട്ടങ്ങൾ എന്നിവ അവലോകനം ചെയ്യലും, കൽക്കത്ത കോൺഗ്രസ് തീരുമാനങ്ങൾ വിശദീകരിക്കലും

മാത്രമായിരുന്ന അജണ്ടകൾ. എം.കെ കേളുവേട്ടനും, ടി.കെ.കെ അബ്ബ ല്ലയുമായിരുന്ന കൽക്കത്താ കോൺഗ്രസിൽ കുറുമ്പ്രനാടിനെ പ്രതിനി ധീകരിച്ചിരുന്നത്. ഇവർ കോൺഗ്രസ് കഴിഞ്ഞ് കൃത്യസമയത്ത് തന്നെ ഒഞ്ചിയത്ത് എത്തിയിരുന്ന. കമ്മിറ്റി അംഗങ്ങളായ മറ്റ സഖാക്കൾ ആളറിയാതെ ഒഞ്ചിയത്തെ രഹസ്യകേന്ദ്രങ്ങളിൽ എത്തിക്കൊണ്ടി രുന്ന. മണിയൂരിലെ വാസു ഒഴികെ എല്ലാവരും ഒഞ്ചിയത്ത് എത്തി. വാസുവിന്റെ അസാന്നിധ്യം നേതാക്കൾ സംശയിച്ചിരുന്ന. ദേശാഭിമാനി ഷെയർ സംഖ്യ അടയ്ക്കുന്നതിൽ വീഴ്ച വരുത്തിയതിന് വാസുവിനെ പാർട്ടി താക്കീത് ചെയ്തിരുന്ന. പാർട്ടിയുടെ മലബാർ സെക്രട്ടറിയേറ്റ് അംഗമാ യിരുന്ന പി.ആർ നമ്പ്യാർ വടക്കേ മലബാറിലെ അത്ഭുതപൂർവമായ ജനകീയ ചെറുത്തുനിൽപ്പുകൾ യോഗത്തിൽ വിശദീകരിച്ചു. അത്തരം ഇടപെടലുകൾ എല്ലാ ഗ്രാമങ്ങളിലും ആവശ്യമായി വരുമെന്ന നിഗമ നത്തിൽ യോഗമെത്തി. വാസുവിന്റെ അസാന്നിധ്യം എന്തോ അശുഭ സൂചനയാണെന്ന് ഇടക്ക് പി.പി ശങ്കരൻ യോഗത്തെ ഓർമിപ്പിച്ചിരുന്ന. പിറ്റേ ദിവസം തുടരാമെന്ന ധാരണയിൽ അർധരാത്രിയോടെ യോഗം പിരിഞ്ഞു. സഖാക്കൾ ഒഞ്ചിയത്തിന്റെ വിവിധ കേന്ദ്രങ്ങളിലായി അന്ന രാത്രി ഉറങ്ങി. 'ആരും ഉറങ്ങിപോവരുതെന്ന്' നേതാക്കൾക്ക് കാവൽ നിൽക്കേണ്ട വളണ്ടിയർ സഖാക്കൾക്ക് മണ്ടോടി കണ്ണൻ മുന്നറിയിപ്പ നൽകി.

സായുധ ഭീകരർ ഒഞ്ചിയത്ത്

കിഴക്ക് പ്രഭാതത്തിന്റെ ആദ്യ കിരണങ്ങൾ, അകലെ നിലയ്ക്കാത്ത ജനാരവം നേതാക്കൾ ചെവിയോർത്തു. യോഗവിവരം മണത്ത റിഞ്ഞ പൊലീസ്, നേതാക്കളെ ഒറ്റയടിക്ക് അറസ്റ്റ് ചെയ്യാനുള്ള പദ്ധ തിയുമായി മുക്കാളിയിൽ വന്നിറങ്ങി. ഇൻസ്പെക്ടർ അടിയോടിയുടേയും സബ് ഇൻസ്പെക്ടർ തലൈമയുടെയും നേതൃത്വത്തിൽ ഒഞ്ചിയത്തേക്ക് നീങ്ങി. വെട്ടുകിളികളെപോലെ നശീകരണ മൂർത്തികളായ 'ചെറുപയർ പട്ടാളക്കാർ' കാണിച്ചുകൊടുത്ത വീട്ടകൾ മുഴുവൻ പൊലീസ് അരിച്ചപെറുക്കുകയായിരുന്നു. മണ്ടോടി കണ്ണന്റെ വീട്ടിൽ എത്തിയ പൊലീസ് കണ്ണനെ കാണാത്തതിലുള്ള അരിശം തീർക്കാൻ വീട്ടുകാരെ പൊതിരെ തല്ലിച്ചതച്ചു. അടുത്ത വീട്ടിൽ കയറിയ പൊലീസ് ഉരൽ, ചിരവ, അമ്മി തുടങ്ങിയ സകല വീട്ടുപകരണങ്ങളും കിണറ്റിലെറിഞ്ഞു. വീട്ടുകാരെ ഭീകരമായി മർദ്ദിച്ചൊതുക്കി. സഖാവ് ആണ്ടിയുടെ വീട്ടിലും പൊലീസ് ഇതേ അതിക്രമങ്ങൾ ആവർത്തിച്ചു. വീട്ടുകളിൽ നിന്ന് നിസ്സഹായരുടെ ഹൃദയഭേദകമായ നിലവിളികൾ മാത്രം. അടുത്ത ഉന്നം പുളിയുള്ളതിൽ ചോയി ആയിരുന്നു. കർഷക കാരണവരായ ചോയിക്ക നേരെ തോക്കച്ചണ്ടി നേതാക്കളെ കാണിച്ചുകൊടുക്കാൻ ആജ്ഞാപിച്ചു. പക്ഷേ അറിയില്ലെന്ന മറുപടി മാത്രം ബാക്കി. നീണ്ട ഭീഷണികൾക്കും മർദ്ദനത്തിനും കീഴ്പ്പെടില്ലെന്ന് ബോധ്യമായപ്പോൾ, വിവരങ്ങൾ ഒന്നും ലഭിച്ചില്ലെങ്കിലും പൊലീസ് ചോയിയെ അറസ്റ്റചെയ്തു. അടുത്ത വീട്ടിൽ താമസിച്ചിരുന്ന മകൻ കണാരനെയും പൊലീസ് കസ്റ്റഡിയിലെടുത്തു. ആ ദിവസം കണാരൻ ഇങ്ങനെ ഓർത്തെടുക്കുന്നു. "നല്ല നിലാവുള്ള രാത്രിയായിരുന്ന നേരം വൈകി വീട്ടിലെത്തിയാൽ വഴക്കുപറയുന്ന അച്ഛനെ ഭയന്നാണ് അടുത്തുള്ള പുതിയ വീട്ടിൽ ഉറങ്ങിയത്. വാതിലിന് മുട്ട് കേട്ട് ഉറന്നപ്പോൾ മുന്നിൽ നിൽക്കുന്നത്

പൊലീസ് ആയിരുന്നു. അകത്ത് കയറിവന്ന് അവർ മറ്റ് വാതിലുകൾ ചവിട്ടിപ്പൊളിച്ച് അകത്തൊക്കെ മിന്നൽ പരിശോധന നടത്തി. ഒടുവിൽ വഴികാണിക്കാൻ ഒപ്പം ചെല്ലണമെന്ന ആജ്ഞയും." വഴികാണിക്കാ നെന്ന വ്യാജേന കൂടെ കൂട്ടിയ ചോയിയെയും മകൻ കണാരനേയും പൊലീസ് വഴിക്കുവെച്ച് ആമം വെച്ചു. രാത്രി മുഴവൻ ഉറക്കമൊഴിച്ച് നേതാക്കൾക്ക് കാവൽനിന്ന വളണ്ടിയർ സഖാക്കൾ പൊലീസിന്റെ ചലനം ഒളിച്ചിരുന്ന് മനസ്സിലാക്കുന്നുണ്ടായിരുന്നു. എം.എസ്.പി.ക്കാർ വീടുകളിൽ കയറി മർദ്ദനം തുടങ്ങിയപാടെ മണ്ടോടി കണ്ണോത്താണ് ആദ്യമായി മെഗാഫോണിൽ വിവരം വിളിച്ചറിയിച്ചത്. തുടർന്ന് തീ പടരുന്നതുപോലെ ഒഞ്ചിയം ഗ്രാമത്തിന്റെ അഷ്ടദിക്കുകളില്ലും മെഗാ ഫോണുകൾ ഗർജ്ജിക്കുകയായിരുന്നു. കാട്ടുതീപോലെ പടർന്ന വാർത്തയ്ക്കിടയിൽ ഗ്രാമക്കുരകളിൽ നിന്നും തീ പന്തങ്ങളും കയ്യിലേന്തി ഗ്രാമീണർ കുതിക്കുകയാണ്. കൂട്ട നിലവിളികൾക്കിടയിൽ ആബാല വൃദ്ധം സംഭവസ്ഥലത്തേക്ക് ഓടിയെത്തുന്നുണ്ടായിരുന്നു. ഓലച്ചൂട്ടുക ളുമായി അലച്ചാർത്ത് പോലെ ഇരമ്പിയെത്തിയ ജനങ്ങൾ സായുധ പൊലീസ് വ്യൂഹത്തിനു പിന്നാലെ നീങ്ങിക്കൊണ്ടേയിരുന്നു. അളവ ക്കൻ കൃഷ്ണൻ, രാഘ്ലട്ടി, ഇല്ലത്ത് കണ്ണൻ, വി.പി കണ്ണൻ ഇവരെല്ലാം കൂട്ടത്തില്ലുണ്ടായിരുന്നു. മെഗാഫോൺ ശബ്ദം കേട്ട് ദുരന്തം തിരിച്ചറി ഞ്ഞ രാഘ്ലട്ടി മുക്കാലിയിലെ വീട്ടിൽ നിന്നാണ് കൊട്ടങ്കാറ്റ പോലെ കുതിച്ചെത്തിയത്. വെള്ളികളങ്ങര ലക്ഷ്യമാക്കി വയൽവരമ്പില്ലൂടെ നീങ്ങുന്ന പൊലീസുകാരുടെ ഇടംവലം വലയം ചെയ്യ്ലാണ് പെരുകി വരുന്ന ആൾക്കൂട്ടം സഞ്ചരിച്ചിരുന്നത്. ഓരോ ചുവടില്ലും ജനങ്ങൾ പൊലീസിനോട് വിളിച്ചുപറഞ്ഞു. "നിരപരാധികളായ ചോയിയെയും കണാരനെയും വിട്ടയയ്ക്കുക." പൊലീസും ജനങ്ങളും ചെന്നാട്ടുതാഴകുനി യിൽ എത്തി. അകലെ മെഗാഫോണുകൾ ശബ്ദിച്ചുകൊണ്ടേയിരുന്നു. പൊലീസിന്റെ ചുവട്ടുകൾക്കനുസരിച്ച് ജനകീയ പ്രതിരോധം ശക്തി പ്പെടുത്താൻ ആവശ്യമായ നിർദ്ദേശങ്ങൾ മെഗാഫോൺ തുടരെ തുടരെ നൽകിക്കൊണ്ടേയിരുന്നു. യുദ്ധഭ്രമിയിലെ റേഡിയോ സന്ദേശങ്ങൾ പോലെ ഉത്തമനായ ഒരു വളണ്ടിയറും ബോൾഷെവിക് സംഘാടകന മായി ഒരു വിദൂരനിയന്ത്രക ഉപകരണമായി ഗ്രാമത്തിന്റെ അപക്വമായ ഈ സാങ്കേതിക ഉപകരണം ഒഞ്ചിയത്തിന്റെ ചെറുത്തുനിൽപ്പ് പോരാ ട്ടത്തിൽ ഉത്തമനായ ഒരു കമ്യൂണിസ്റ്റുകാരന്റെ ദൗത്യം നിർവഹിച്ചുവെ ന്ന് ചരിത്രം രേഖപ്പെടുത്തും. (1948 ഏപ്രിൽ 30ന് ഒഞ്ചിയത്ത് നിന്ന് ആറ് മെഗാഫോണുകൾ പൊലീസ് പിടിച്ചെടുത്തിരുന്നു). പൊലീസും പിൻതുടരുന്ന ജനങ്ങളും ചെന്നാട്ടുതാഴ കുനിയിലെത്തി. വിശാലമായ

വയല്‍ അവിടെ അവസാനിക്കുന്നു. കുനിക്കരികില്ലൂടെ അല്‍പം നടന്നാല്‍ അടുത്ത വയല്‍. ചോയിയേയും കണാരനേയും വിട്ടുതരില്ലെന്ന് പൊലീസും അവരെ ഒഞ്ചിയം വിടാന്‍ അനുവദിക്കില്ലെന്ന് ജനങ്ങളും. പൊലീസും ജനങ്ങളും ഒരു നിമിഷം പകച്ചുനിന്നു. ബഹളം അതിന്റെ ഉച്ചസ്ഥായിയിലെത്തി. സംഘര്‍ഷഭരിതമായ ഈ ജനാരവത്തിലേ ക്കാണ് അടുത്ത വീട്ടില്‍ താമസിച്ചിരുന്ന സഖാക്കള്‍ എം.കുമാരന്‍ മാസ്റ്ററും, പി.രാമക്കുറുപ്പും ഓടിവരുന്നത്. അറസ്റ്റ് ചെയ്തവരെ വിട്ടുതര ണമെന്ന ആവശ്യം നേതാക്കള്‍ ആവര്‍ത്തിക്കുന്നു. തുടര്‍ന്ന് രാമക്കുറുപ്പും പൊലീസും തമ്മില്‍ നീണ്ട വാക്കുതര്‍ക്കം. ജനകീയ ആവശ്യം നിരസിച്ച പൊലീസ് വെടിവെക്കാനുള്ള തിട്ടക്കത്തിലായിരുന്നു. വെടിവെക്കരുത് എന്ന് ആവശ്യപ്പെട്ടുകൊണ്ട് നാല് വരി കവിത രാമക്കുറുപ്പ് ഉച്ചത്തില്‍ ചൊല്ലി. തുടര്‍ന്ന് ഒരു പ്രസംഗവും. "ഇപ്പോള്‍ നിറതോക്കുച്ചുണ്ടി കാക്കി ധരിച്ച നില്‍ക്കുന്ന നിങ്ങളും കര്‍ഷകരുടെ മക്കളാണെന്നും മനുഷ്യരാ ണെന്നും അതുകൊണ്ട് സ്വന്തം സഹോദരരെ നിങ്ങള്‍ക്കെങ്ങനെ വെടിവെക്കാനാവുമെന്നും" രാമക്കുറുപ്പ് ഉച്ചത്തില്‍ ചോദിച്ചു. അതാ വരുന്നു പിരിഞ്ഞുപോകണമെന്ന ഇന്‍സ്പെക്ടറുടെ പ്രഖ്യാപനവും ഇല്ലെങ്കില്‍ വെടിവെക്കുമെന്ന അലര്‍ച്ചയും. പൊലീസിന്റെ പ്രഖ്യാപനം ഭീകരത പടര്‍ത്തിയ അന്തരീക്ഷത്തില്‍ ഒരു മിന്നല്‍ പിണറുപോലെ "വെക്കിനെടാ വെടി" എന്ന അലര്‍ച്ചയുമായി അളവക്കന്‍ കൃഷ്ണന്‍ പൊലീസ് വ്യൂഹത്തിനു മുന്നിലേക്ക് എടുത്തുചാടി. നിറതോക്കിനുമുമ്പില്‍ വിരിമാറ്റയര്‍ത്തി നില്‍ക്കുന്ന അളവക്കന്‍. സാര്‍ജന്റ് വിളിച്ചു പറഞ്ഞു... ഫയര്‍ര്‍ര്‍... നിരപരാധികളായ ഗ്രാമവാസികള്‍ക്കു നേരെ വെടിയു ണ്ടകള്‍ ചീറിപാഞ്ഞു. ചെന്നാട്ടുതാഴകുനി മനുഷ്യരക്തത്തില്‍ കുളിച്ചുനി ന്നു. എട്ട് പേര്‍ ആ ചോരപ്പുഴയില്‍ പിടഞ്ഞുവീണു മരിച്ചു. മൃതദേഹങ്ങള്‍ പച്ചോലയില്‍ കെട്ടിയാണ് പി.സി.സി.യുടെ ലോറിയില്‍ വെള്ളികുള ങ്ങര വഴി വടകരയിലേക്ക് കൊണ്ടുപോയത്. ജീവന്‍ നഷ്ടപ്പെട്ടില്ലെന്ന് തോന്നിയവരെ പൊലീസ് ലോറിയിലിട്ട് ചവിട്ടിക്കൊല്ലുകയായിരുന്നു. മരണത്തെ മുഖാമുഖം കണ്ട് തലനാരിഴയ്ക്ക് രക്ഷപ്പെട്ടെത്തിയ ഇന്നും ജീവിക്കുന്ന സഖാക്കള്‍ സംഭവങ്ങള്‍ ഓര്‍ത്തെടുക്കുന്നു. വെടിയേറ്റ സി.കെ ചാത്തുവിനെ സഖാക്കള്‍ ചേര്‍ന്ന് ഒരു ചുടിക്കട്ടിലില്‍ കിടത്തി ആശുപത്രിയിലേക്ക് ഓട്ടുകയായിരുന്നു. വഴിക്ക് വെള്ളികുളങ്ങരയില്‍ പൊലീസ് തടഞ്ഞു. പിന്നെ മൃഗീയമായ ലാത്തിച്ചാര്‍ജ്ജ്. അങ്ങനെ സി.കെ ചാത്തു വെള്ളികുളങ്ങരയില്‍ അനാഥമായ ചുടിക്കട്ടിലില്‍ അന്ത്യശ്വാസം വലിച്ചു. പരിക്കേറ്റ സഖാക്കള്‍ നിരവധിയാണ്. രാമക്ക റുപ്പിന്റെ ഇടത്തേ വാരിഭാഗത്താണ് വെടിയേറ്റത്. വെടിയേറ്റ നായര്‍,

ടി.സി കുഞ്ഞിരാമൻ മാസ്റ്റർ, വടയക്കണ്ടി ചാത്തു, പുറവിൽ കണ്ണൻ, ആയാട്ട് ചോയി മാസ്റ്റർ എന്നിവർ പരിക്കപറ്റിയവരിൽപ്പെടുന്നു. "വെടി യേറ്റപ്പോൾ ഒരു ഗോട്ടിയേറ് കിട്ടിയതുപോലെയേ തോന്നിയുള്ളൂ." ഇടത്തേ കവിളിൽ വെടിയേറ്റ ചാത്തുവേട്ടന്റെ ഓർമ്മ. തുപ്പിയപ്പോൾ പല്ലും മാംസവും ചോരയുമാണ് പുറത്തുവന്നത്. വെടിവെപ്പിൽ ഇടതു കൈ നഷ്ടപ്പെട്ട കണ്ണേട്ടൻ. വെടിയേറ്റ് ഒടിഞ്ഞുതൂങ്ങിയ കയ്യുമായി രക്ത ത്തിൽ കുളിച്ചുകിടന്ന കണ്ണേട്ടനെ ഏതോ രണ്ടുപേർ മലോൽ ഇടയിൽ കിടത്തുകയായിരുന്നു. കണ്ണൻ മരിച്ചുവെന്നായിരുന്നു വാർത്ത. എന്നാൽ സഖാക്കൾ എങ്ങനെയോ കണ്ണനെ ആശുപത്രിയിൽ എത്തിച്ചിരുന്നു. അവിടെ വെച്ച് ഇടതു കൈ മുറിച്ചുമാറ്റുകയായിരുന്നു. ടി.സി കുഞ്ഞിരാമൻ മാസ്റ്റർക്ക് ചുമലിലാണ് വെടിയേറ്റത്.

ഒഞ്ചിയത്ത് പൊലീസ് വെടിവെക്കുമെന്ന് ജനങ്ങൾ ഒരിക്കലും കരുതിയിരുന്നില്ല. ചോയിയേയും കണാരനേയും വിട്ടുതരണം എന്നാ വശ്യപ്പെട്ടിരുന്ന നിഷ്കളങ്കരായ ജനങ്ങൾ നിരായുധരായിരുന്നു. പ്രകോപനം ഒന്നുമില്ലാതെ പൊലീസ് വെടിവെക്കുകയായിരുന്നു. ആകെ 36 റൗണ്ട് വെടിവെച്ചു. അപ്രതീക്ഷിതമായി എട്ട് സഖാക്കളെ വെടിവെച്ചിട്ട കരുതി ഒഞ്ചിയത്തിന് സഹിക്കാനായില്ല. കാക്കി കിങ്ക രന്മാർക്ക നേരെ ജനങ്ങൾ ചീറിയടുക്കുകയായിരുന്നു. സംഭവത്തിന ശേഷം പൊലീസുകാർക്ക നേരെ കരിങ്കൽ ചീളകളുടെ ഒരു മഴ തന്നെ യായിരുന്നു. കാക്കിയുട്ടുപ്പുകളിൽ കരിങ്കല്ലുകൾ തുളച്ചുകയറി. വെടിവെ പ്പിന നേതൃത്വം കൊടുത്ത സർക്കിൾ ഇൻസ്പെക്ടറുടെ മുഖത്തുനിന്നും ചോര പൊടിഞ്ഞു. അവരിൽ പലരുടേയും തിരതീർന്ന റിവോൾവറുകളും തൊപ്പികളും താഴെ വീണു. കരുതിയ വെടിക്കോപ്പുകൾ തീർന്നുപോയ പൊലീസുകാർ പുതിയ വെടിയുണ്ടകൾ കൊണ്ടുവരാൻ പോയ ദേശര ക്ഷാസേനയെ കാത്തിരിക്കാതെ സ്ഥലംവിട്ടു.

അലറിയാർത്ത് പെയ്ത മഴയോടെ ഏപ്രിൽ 30ന്റെ രാത്രി അവസാനി ച്ചു. ഭീകരമായ ഇരുട്ടിൽ മഴയത്തുതന്നെ അവശേഷിക്കുന്ന നേതാക്കളെ സ്ഥലം മാറ്റിപാർപ്പിച്ചു. കണ്ണീരും ചോരയും ഒഴുകിയെത്തിയ ഒഞ്ചിയ ത്തിന്റെ ഇടവഴികളിൽ ഒന്നിരുന്ന് കരയാൻ പോലും ഒരുനിമിഷം കാത്തിരിക്കാതെ കമ്യൂണിസ്റ്റുകാർ അവരുടെ ചുമതലകളിലേക്ക് നടന്നുപോയി.

മണ്ടോടി കണ്ണനും
കൊല്ലാച്ചേരി കുമാരനും

വെടിവെപ്പിന ശേഷം ഒഞ്ചിയത്തേക്ക് പൊലീസ് കാലൂകുത്തിയില്ലെങ്കിലും ചെറുപയര്‍ പട്ടാളം കിരാതമായി അഴിഞ്ഞാട്ടകയായിരുന്നു. കിങ്കരന്മാര്‍ പിടിച്ചുകൊട്ടുക്കുന്ന സഖാക്കളെ പൊലീസ് ലോക്കപ്പുകളില്‍ ഭീകരമര്‍ദ്ദനത്തിന് വിധേയമാക്കുകയായിരുന്നു. മണ്ടോടി കണ്ണനും, കൊല്ലാച്ചേരി കുമാരനും ഇങ്ങനെ ലോക്കപ്പില്‍ മര്‍ദ്ദനവിധേയമായി കൊലചെയ്യപ്പെട്ടവരാണ്. കൊല്ലാച്ചേരി കുമാരനെ ഏപ്രില്‍ 30നാണ് അറസ്റ്റ് ചെയ്തത്. ബാലസംഘം പ്രവര്‍ത്തകര്‍ എന്ന നിലയില്‍ കമ്മ്യൂണിസ്റ്റ് പാര്‍ട്ടിയുമായി ബന്ധപ്പെട്ട ഇരുപത് വയസ്സുകാരനായ കുമാരനെ കമ്മ്യൂണിസ്റ്റായി എന്ന ഒറ്റ കുറ്റത്തിനാണ് ലോക്കപ്പ് മര്‍ദ്ദനത്തിന് വിധേയമാക്കി കൊലപ്പെടുത്തിയത്.

ഒഞ്ചിയത്തെ കമ്മ്യൂണിസ്റ്റ് പ്രസ്ഥാനത്തിന്റെ വീരനായകനായിരുന്ന മണ്ടോടി കണ്ണനെ അറസ്റ്റ് ചെയ്യുന്നതിന് വീണ്ടും പൊലീസും ചെറുപയര്‍ പട്ടാളവും ശ്രമങ്ങള്‍ ആരംഭിച്ചു. കണ്ണനെ കിട്ടാത്തതിന് ഒഞ്ചിയത്തെ സാധാരണക്കാരായ ജനങ്ങളെ രാത്രിയും പകലും മനുഷ്യത്വഹീനമായ പീഡനങ്ങള്‍ക്ക് വിധേയമാക്കുകയായിരുന്നു. കണ്ണനെ ഒളിപ്പിച്ചുവെച്ചവര്‍ കണ്ണനെ തരുന്നില്ലെങ്കില്‍ ഒഞ്ചിയത്തെ ഓരോ മനുഷ്യകുഞ്ഞിനേയും വേട്ടയാട്ടമെന്ന അവസ്ഥ തന്നെ സംജാതമായി. ഒടുവില്‍ കണ്ണന്‍ സ്വയം പിടികൊടുക്കാന്‍ തയ്യാറാവുകയായിരുന്നു. "ഞാന്‍ ഒരാളിന്റെ പേരില്‍ ഒരു ഗ്രാമം മുഴുവന്‍ വേദന തിന്നേണ്ട എന്ന് കണ്ണന്‍ സ്വയം തീരുമാനിച്ചതുപോലെ. "നിരായുധനായ കണ്ണനെ ചെറുപയര്‍ പട്ടാളം അറസ്റ്റ് ചെയ്തുകൊണ്ടുപോയി. 1948 മെയ് 15, 16, 17 വടകര പൊലീസ് സ്റ്റേഷന്റെ ലോക്കപ്പുമുറിയില്‍ മര്‍ദ്ദകവീരനായ ബിരിയാണി

മണ്ടോടി കണ്ണനും ഭാര്യയും

കോൺസ്റ്റബിളിന്റെ നേതൃത്വത്തിൽ കണ്ണനെ ഭീകര മർദ്ദനത്തിന് വിധേയമാക്കി. 'വിളിയെടാ കമ്മ്യൂണിസ്റ്റ് പാർട്ടി മൂർദ്ദാബാദ് നെഹ്റുവിന് സിന്ദാബാദ് വിളിക്കെടാ നായിന്റെ മോനെ' കോൺസ്റ്റബിൾ അലറി. പക്ഷേ കണ്ണൻ കുലുങ്ങിയില്ല... നീണ്ടുനിന്ന മർദ്ദനത്തിന് കണ്ണന്റെ ഇഛാശക്തിയെ തകർക്കാനായില്ല. ഭരണകൂടത്തിന്റെ ആയുധവും തന്ത്രങ്ങളും ഒന്നൊന്നായി കണ്ണനെന്ന കമ്മ്യൂണിസ്റ്റ് വിപ്ലവകാരിക്കുമുമ്പിൽ പരാജയപ്പെട്ടു. ചുട്ടചോര വാർന്നൊഴുകി. നിലത്തുതളർന്നുവീണ കണ്ണൻ മരിച്ചാലും കമ്മ്യൂണിസ്റ്റ് പാർട്ടിക്ക് മൂർദ്ദാബാദ് വിളിക്കില്ലെന്ന ഉറച്ച തീരുമാനത്തിലായിരുന്നു. നിലത്ത് ഒഴുകുന്ന തന്റെ സ്വന്തം ചോരയിൽ കൈമുക്കി വടകര ലോക്കപ്പിന്റെ ചുവരിൽ അടിയാളന്റെ മോചന ചിഹ്നമായ അരിവാൾ ചുറ്റിക വരച്ചുവെച്ചു. ശബ്ദം നിലക്കുന്ന തുവരെ കമ്മ്യൂണിസ്റ്റ് പാർട്ടിക്ക് സിന്ദാബാദ് വിളിച്ചുകൊണ്ടേയിരുന്ന കണ്ണൻ.

മണ്ടോടി കണ്ണന്റെ ഒഞ്ചിയത്തെ പ്രധാന കേന്ദ്രങ്ങളായിരുന്ന പൊയിൽപീടികയും അയറ്റ് പീടികയും. വീട്ടിൽ നിന്നിറങ്ങുമ്പോൾ പലതവണ അമ്മ കണ്ണനോട് ചോദിച്ചിരുന്നു. "മോനേ നീ എവിടെയാ പോകുന്ന "തെന്ന്. കണ്ണൻ പലപ്പോഴും മറുപടി പറയാതെയും ചിരിച്ചും യാത്ര പറഞ്ഞു. ഒരു ദിവസം വൈകീട്ട് ഇറങ്ങുമ്പോൾ അമ്മ വീണ്ടും ചോദിച്ചു; "മോനേ കണ്ണാ, നീ എവിടെയാ പോകുന്നത്?" കണ്ണൻ പറഞ്ഞു: "അമ്മേ ഞാൻ പൊയിൽപീടികയുടെ അടുത്ത് വരെ പോകുന്നു." "എപ്പോഴും നീ എന്തിനാ അവിടെ പോകുന്നത്" എന്ന് അമ്മ വീണ്ടും ചോദിച്ചു. കണ്ണൻ പറഞ്ഞത് ഇപ്രകാരം: "അമ്മേ പൊയിൽപീ ടികയുടെ അടുത്ത് ഞാനൊരു സ്ഥലം വാങ്ങിയിട്ടുണ്ട്. അവിടെ വിത്ത

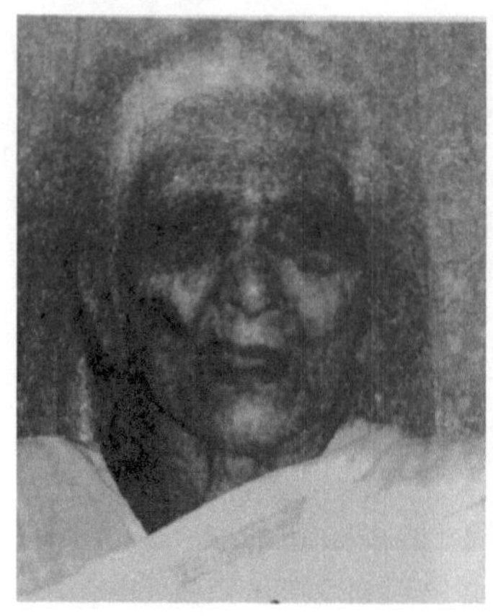

മണ്ടോടി മാത

വിതച്ചിട്ടുണ്ട്." കുറേ ദിവസം കഴി ഞ്ഞപ്പോൾ അമ്മ ചോദിച്ചു. "മോനേ എന്തായെടാ വിത്തിട്ട കണ്ടം?" അമ്മേ അത് ഞാറായി, ഇനി കതിരാവും ഞാനത് കൊയ്യും." മണ്ടോടി കണ്ണന്റെ മരുമകൾ മാതേടത്തിയുടെ ഓർമ കളിൽ നിന്നാണ് ഈ സംഭവങ്ങൾ കോറിയിട്ടത്. ശരിക്ക് പറഞ്ഞാൽ, കണ്ണന്റെ രാഷ്ട്രീയ ചർച്ചയുടെ പ്രധാന ഇടമായിരുന്ന പൊയിൽപ്പീടിക. രാഷ്ട്രീയ എതിരാളികളെ സംവാദ ത്തിന് ക്ഷണിച്ചും ചോദ്യം ചെയ്തും രാഷ്ട്രീയ ചർച്ചയ്ക്ക് ബോധപൂർവം വേദി യാക്കുകയായിരുന്ന അന്ന് പൊയിൽപീടികയെ കണ്ണൻ. അദ്ദേഹത്തി ന്റെ സംസാരം കേൾക്കാൻ പലരും തടിച്ചുകൂട്ടുക പതിവുണ്ടായിരുന്നു. എതിരാളികളോട് കമ്പിന് കമ്പിന് മറുപടി പറഞ്ഞും അവരെ മലർ ത്തിയടിച്ച് അടിയറവ് പറയിച്ചും രാവിലത്തെയും വൈകീട്ടത്തെയും ചർച്ച കണ്ണൻ സമ്പൂർണമാക്കി. അത്തരം ഭൂമികയിൽ നിന്നാണ് പിൽക്കാല പ്രവർത്തകരുടെ രാഷ്ട്രീയ ബോധ്യവും നിശ്ചയവും ഉയർന്നു വന്നത്. സഖാവ് കൃഷ്ണപിള്ളയുടെ മാതൃകയാണ് കണ്ണൻ ഇക്കാര്യത്തിൽ തുടർന്നിരുന്നത്. കാഡർമാരെ കണ്ടെത്താൻ പരസ്യമായ ചർച്ചകളും സംവാദങ്ങളും നടത്താൻ കൃഷ്ണപിള്ള കാണിച്ച മിടുക്ക് പലരും രേഖപ്പെ ടുത്തിയിട്ടുണ്ട്. അതേപോലെ കണ്ണനും പൊയിൽപ്പീടിക കേന്ദ്രമാക്കി കാഡർമാരെ വളർത്തിയെടുക്കാൻ ശ്രദ്ധിച്ചു. ഒഞ്ചിയത്തെ ആകാശ ത്തിനു മീതെ തെച്ചിമാല കോർത്തപോലെ അടയാളപ്പെടുത്തപ്പെട്ട രക്തസാക്ഷിത്വത്തിലേക്ക് വളരാൻ ജനതയെ കണ്ണൻ പ്രാപ്തമാ ക്കി. കണ്ണൻ അമ്മയോട് പറഞ്ഞ വിത്ത് കമ്യൂണിസ്റ്റ് പാർട്ടിയുടെ ആശയമാണ്. അമ്മയോട് പറഞ്ഞ ഞാറ് കമ്യൂണിസ്റ്റ് പാർട്ടി അനു ഭാവികളും കതിര് പാർട്ടി പ്രവർത്തകരുമായിരുന്നു. കതിര് വിളഞ്ഞ ദിനമാകട്ടെ 1948 ഏപ്രിൽ 30ഉം.

ഒഞ്ചിയം ജനത ഐതിഹ്യമായും കഥയായും പാട്ടായും കണ്ണനെ എക്കാലവും സ്മരിക്കുന്നു. ഒരു പാട്ട് ഇങ്ങനെയാണ്.

"ഒഞ്ചിയം നേതാവാം മണ്ടോടി കണ്ണന്റെ
വീരകഥ കേൾക്കൂ നാട്ടുകാരെ

ആജാനബാഹുവായ ബിരിയാണി കോണ്സ്റ്റബ്ള് ആണ് കണ്ണനെ ക്രൂരമായി മര്ദ്ദിച്ചത്. ബിരിയാണി തിന്ന് കൊഴുത്ത ആ ക്രൂരന് കോണ്സ്റ്റബ്ളിനെക്കുറിച്ച് അന്നും പിന്നീടും ഒഞ്ചിയം ജനത പല്ലിറുമ്മിയാണ് സംസാരിച്ചിരുന്നത്.

മര്ദ്ദനമേറ്റ് അവശനായ മണ്ടോടി കണ്ണനെ രോഗം മൂര്ച്ഛിച്ചാണ് കണ്ണൂര് സെന്ട്രല് ജയിലില് നിന്നും ജയിലാശുപത്രിയിലേക്ക് മാറ്റിയത്. അക്കാര്യം ഒഞ്ചിയത്തെ ജനങ്ങള് അറിഞ്ഞു. ജാമ്യക്കച്ചീട്ട് നല്കാതിരുന്ന അന്നത്തെ ഒഞ്ചിയം അധികാരി പില്ക്കാലത്ത് ജനവികാരത്തിന് മുന്നില് കീഴടങ്ങി. മരുമക്കള്, സി.കെ കുമാരനും, കണാരനും പാര്ട്ടിയുടെ സഹായത്തോടെ രണ്ടായിരം ഉറുപ്പിക ജാമ്യത്തില് കണ്ണനെ പുറത്തിറക്കി. വടകര ഏബ്രഹാം ഡോക്ടറുടെ ക്ലിനിക്കിലാണ് അദ്ദേഹത്തെ കിടത്തിയത്.

കണ്ണന് കിടന്ന കട്ടിലിന്നരികില് ഒരു ചെറിയ ചതുരപ്പെട്ടി വെച്ചിരുന്നതായി ആശുപത്രിയില് പോയി മണ്ടോടിയെ കണ്ട കക്കഴിപ്പറമ്പത്ത് കണ്ണന് പറഞ്ഞു "അതിന്റെ പുറത്ത് കമ്യൂണിസ്റ്റ് പാര്ട്ടിക്ക് സംഭാവന" എന്ന എഴുത്തും.

ആ നാള് കണ്ണനെ പരിചരിച്ചുകൊണ്ട് അടുത്തുനിന്ന ഒരാള് ബസ്സിന് പോകാന് പൈസ പെട്ടിയില് നിന്നെടുക്കാന് നോക്കി. അന്ന് കണ്ണന് പറഞ്ഞ വാക്കുകള് മരുമകള് മാത പിന്നീട് ഓര്ത്തെടുക്കുകയുണ്ടായി. "അത് പാര്ട്ടിക്കുള്ളതാണ്. നിങ്ങള്ക്കാര്ക്കും പെരുമാറാനുള്ളതല്ല." ഇങ്ങനെ ഓര്മകള് കണ്ണനുമായി ബന്ധപ്പെട്ട് എത്രയോ ഉണ്ട്. ഒഞ്ചിയത്ത് എം.എസ്.പിക്കാര് വരുന്ന വിവരം മെഗാഫോണിലാണ് പാര്ട്ടി പ്രവര്ത്തകര് മറ്റ പ്രവര്ത്തകരെയും ഒളിവില് കഴിയുന്ന നേതാക്കളെയും അറിയിച്ചിരുന്നത്. എന്നാല് ഇതില് നിന്ന് വ്യത്യസ്തമായി വേറിട്ട ശബ്ദത്തിന്റെ ഉടമ ഒരാള് ഒഞ്ചിയത്തുണ്ടായിരുന്നു. മരണം പരോളില് വിട്ട സഖാവ് കങ്കന്നായര്. താമസിച്ചിരുന്ന കുന്നിന്റെ ചരിവില് നിന്ന്

അദ്ദേഹം സംസാരിച്ചാൽ തന്നെ വളരെ അകലങ്ങളിലത് കേൾക്കുമാ
യിരുന്നു. "രാത്രിയുടെ യാമങ്ങളിൽ തന്റെ കൈ ചുണ്ടോട്ട ചേർത്തുവെ
ച്ച് പ്രസ്ഥാനത്തിനു വേണ്ടി വിളിച്ചറിയിച്ച കാര്യങ്ങൾ ഉറക്കത്തിലും
ചെവിടിന്റെ ആഴങ്ങളിൽ മുഴങ്ങുമായിരുന്നു. വിളിച്ചുപറയാൻ അക്കാല
ത്ത് ഉപയോഗിക്കുന്ന മെഗാഫോൺ അയാൾ ഉപയോഗിച്ചിരുന്നില്ല.
കങ്കൻ നായരേക്കാൾ കീഴിലായിരുന്ന അതിന്റെ സ്ഥാനം. പിന്നീട്
നാട്ടുകാർ മെഗാഫോണിനെ കങ്കൻ കുഴൽ എന്നാണ് പറഞ്ഞുവന്നത്.
മെഗാഫോൺ നാട്ടിൽ നിന്ന് എപ്പോഴോ മറഞ്ഞുപോയി. പക്ഷേ
കങ്കൻ നായർ ദേശവാസികളുടെ മനസ്സിൽ മായാതെ നിൽക്കുന്നു.

ചെറുപയർ പട്ടാളം

നീല ട്രൗസർ, ഖദർ കുപ്പായം, വെള്ളത്തൊപ്പി, 'ദേശരക്ഷാസേന'
എന്ന പേരിൽ കോൺഗ്രസ്സുകാർ രൂപീകരിച്ച 'ചെറുപയറ് പട്ടാള'ക്കാ
രുടെ അന്നത്തെ വേഷം ഇങ്ങനെയായിരുന്നു. കമ്മ്യൂണിസ്റ്റുകാരെ
വേട്ടയാടുക എന്നതു മാത്രമായിരുന്ന ഇവരുടെ ഡ്യൂട്ടി. കൃഷിക്കാരുടെ
പറമ്പുകളിൽ നിന്ന് വാഴക്കലകൾ ഇഷ്ടംപോലെ വെട്ടിക്കൊണ്ടുപോയി
നിറയെ ചെറുപയറും ചേർത്ത് പുഴുങ്ങി തിന്ന് ഊര്ച്ചുറ്റി നടന്ന ഇവർക്ക്
നാട്ടുകാരിട്ട പേരാണ് "ചെറുപയറ് പട്ടാളം."

ചോറു വിളമ്പി കാത്തിരുന്ന അമ്മ

സഖാവ് മണ്ടോടി കണ്ണന്റെ അമ്മ ചീരുവിന് മകൻ കൊല്ലപ്പെട്ടു
വെന്ന സത്യം അംഗീകരിക്കാനായിരുന്നില്ല. മകൻ മരിച്ചുപോയെന്ന
റിഞ്ഞിട്ടും അവർ മകനു വേണ്ടി ചോറ് വിളമ്പി കാത്തിരുന്നു. കണ്ണന്റെ
മരണത്തെ തുടർന്ന് അവരുടെ മനോനില തെറ്റിയിരുന്നു.

ലോക്കപ്പ് മർദ്ദനത്തെ തുടർന്ന് 1949 മാർച്ച് 4നാണ് വടകര ഗവൺ
മെന്റ് ആശുപത്രിയിൽ വെച്ച് മണ്ടോടി കണ്ണൻ മരിച്ചത്. അന്ന് രാത്രി
ഏതാണ്ട് ഒരു മണിയോടെ വടകര ആശുപത്രിയിൽ നിന്നും ചെങ്കൊ
ടിയിൽ പൊതിഞ്ഞ മൃതദേഹം നെല്ലാച്ചേരിയിലെ മണ്ടോടി വീട്ടിലെ
ത്തിച്ചു. ഏക മകന്റെ മൃതശരീരം വീട്ടിലെത്തിയപ്പോൾ വൃദ്ധമാതാവ്
വീട്ടിലുണ്ടായിരുന്നില്ല. അവരെ മറ്റൊരുബന്ധുവീട്ടിൽ താമസിപ്പിച്ചിരി
ക്കുകയായിരുന്നു. രാത്രിയിൽ തന്നെ പാർട്ടി സഖാക്കൾ പോയി ഒരു
മഞ്ചലിൽ അവരെ കൊണ്ടുവന്നു. വീട്ടും പറമ്പും നിറഞ്ഞുനിൽക്കുന്ന
ആൾക്കൂട്ടം. കൂടെ ഉണ്ടായിരുന്നവരോട് അവർ എന്താണ് കാര്യമെന്ന്
അന്വേഷിച്ചു. എങ്ങനെ മറുപടി പറയാൻ?

മകന്റെ മൃതദേഹം കണ്ടപ്പോൾ ആ പെറ്റമ്മയുടെ മനസ്സ് പതറി. കണ്ണൂർ സെൻട്രൽ ജയിലിൽ കിടന്ന മകനെ കാണാൻ പോയപ്പോൾ ജയിലധികാരികളുടെ വിലക്ക് വകവെയ്ക്കാതെ മോനെ കാണാൻ ഒരു കൊടുങ്കാറ്റ് പോലെ ജയിലിനകത്തേക്ക് പാഞ്ഞുകയറിയ ചിരു താമ്മയ്ക്ക് ഇവിടെ പിടിച്ചനിൽക്കാനായില്ല. മകന്റെ മൃതദേഹത്തിന രികിലിരുന്ന് അവർ മാറത്തടിച്ച് കരഞ്ഞു. അലമുറയിട്ടുകരഞ്ഞ ചിരു താമ്മയുടെ മുഖഭാവം പെട്ടെന്ന് മാറി. മൃതദേഹത്തിനരികിൽ നിന്നും അവർ ധൃതിയിൽ അകത്തേക്ക് നടന്നു. ചോറും കറിയും വേണമെന്ന് ആവശ്യപ്പെട്ടു. ആ മാതാവിന്റെ സമനില തെറ്റുകയായിരുന്നു. പിന്നെ അകത്ത് ചുരുണ്ടുകൂടിക്കിടന്നു. മകന്റെ ജഡം അവസാനമായി ഒന്നുകൂടി കാണാൻ അവർ പോയില്ല. പിറ്റേ ദിവസം മുതൽ ഒരു ഭ്രാന്തിയെ പ്പോലെയാണ് അവർ പെരുമാറിയത്. ചോറു വെപ്പിച്ചു. കണ്ണനുവേണ്ടി വിളമ്പി ഉറിയിലെടുത്തുവെച്ചു. "കണ്ണനിപ്പോൾ വരും" അവർ പറഞ്ഞു കൊണ്ടേയിരുന്നു. ഉമ്മറത്ത് ആളനക്കം കേട്ടാൽ ജിജ്ഞാസയോടെ ഓടിയെത്തും. അത് കണ്ണനാണോ എന്നറിയാൻ. കണ്ണൻ വരുന്നതും നോക്കി പല ദിവസങ്ങളിലും കോണിക്കൽ കാത്തുനിന്നു. പോകുന്ന വരോടൊക്കെ അവർ ചോദിച്ചു. "നിങ്ങളാരെങ്കിലും എന്റെ മോനെ കണ്ടോ?" പുത്രവിയോഗത്താൽ മനസ്സിന്റെ സമനില തെറ്റിപ്പോയ ചിരുതാമ്മ പിന്നെ ഏറെക്കാലം ജീവിച്ചില്ല.

ഒഞ്ചിയം രക്തസാക്ഷികൾ

1. അളവക്കൻ കൃഷ്ണൻ

ഒഞ്ചിയം പടിഞ്ഞാറ് പട്യാട്ട് റെയിൽവേ ഗേറ്റിനടുത്തായിരുന്ന അളവക്കൻ കൃഷ്ണന്റെ താമസം. അമ്മ ചെറുപ്പത്തിൽ തന്നെ മരിച്ചു. അച്ഛൻ അവളവക്കൻ രാമൻ. അക്കാലത്ത് നെയ്ത്ത് കുഴിത്തറികളി ലായിരുന്നു. മൈസൂരിലെ സുപ്രീം നെയ്ത്ത് കമ്പനിയിൽ പോയി പണി പഠിച്ച കൃഷ്ണനാണ് നാട്ടിൽ ആദ്യമായി മേശമഗ്ഗം കൊണ്ടുവന്നത്. ആറ്റോടി എന്ന വീട്ടിൽ നെയ്ത്തശാല ആരംഭിച്ച കൃഷ്ണൻ. കുഴിത്തറിയിൽ നിന്ന് നെയ്ത്ത് മേശമഗ്ഗത്തിലേക്ക് മാറ്റിയ അളവക്കന്റെ കൂടെ നാടിന്റെ ദുരവസ്ഥ മാറ്റാൻ മനസ്സ് കൊതിച്ച കുറേ തൊഴിലാളികളും ഉണ്ടായി. അങ്ങനെ നെയ്ത്ത് കമ്പനിയിൽ ചുകപ്പൻ വർത്തമാനങ്ങളും സോഷ്യലി സ്റ്റ് ആശയങ്ങളും ഊടും പാവുമായി. മുപ്പത്തെട്ട് വയസ്സുണ്ടായിരുന്ന അളവക്കൻ ചെങ്കൊടിയുടെ വിശ്വസ്തനായ സഖാവും തൊഴിലാളിക ളുടെ വഴികാട്ടിയുമായി വളർന്നു. 1948 ഏപ്രിൽ 30ന് പൊലീസിന്റെ നിറതോക്കിന് മുന്നിൽ ചാടിവീണ് നെഞ്ചുകാട്ടിയാണ് അളവക്കൻ രക്തസാക്ഷിയായത്.

2. കാവുന്തോടി മീത്തൽ ശങ്കരൻ

അഴിയൂർ ബോർഡ് സ്കൂളിൽ തേർഡ് ഫോമിൽ പഠിക്കുകയായിരു ന്ന ശങ്കരൻ. ഇൻക്വിലാബ് വിളിയുടെ ശബ്ദം കേട്ടാണ് 1948 ഏപ്രിൽ 30ന് ഒഞ്ചിയത്തെ പടനിലമായ ചെന്നാട്ടുതാഴ വയലിലേക്ക് ഓടിയെ ത്തിയത്. പതിനെട്ട് വയസ്സ് പ്രായം. അച്ഛൻ കണ്ണൻ. അമ്മ മാണിക്യം. വെടിയേറ്റ് മരിച്ച് രണ്ട് ദിവസം കഴിഞ്ഞപ്പോഴാണ് വീട്ടുകാർ മകന്റെ വീരമൃത്യുവിനെക്കുറിച്ച് അറിഞ്ഞത്. അപ്പോൾ ശങ്കരന്റെ ജ്യേഷ്ഠൻ

ഗോവിന്ദനെ പൊലീസിന് പിടിച്ചുകൊടുക്കാൻ ചെറുപയർ പട്ടാളം വീട് വളഞ്ഞ് കാവലായിരുന്നു.

3. വാഴയിൽ പീടികയിൽ ഗോപാലൻ

1948 ഏപ്രിൽ 29ന് വ്യാഴാഴ്ച നെയ്ത്ത് പണി കഴിഞ്ഞ് വീട്ടിലെ ത്തിയ ഗോപാലൻ അമ്മയോട് ചോറ് നേരത്തെ വെയ്ക്കാൻ പറഞ്ഞു. നേതാക്കൾ ഒളിവിൽ പോയതിനാൽ ഇടിവണ്ടി നിർത്തി പൊലീസ് ഇറങ്ങി വരാനിടയുള്ള ഒഞ്ചിയത്തിന്റെ മൂന്ന് പ്രധാന കവാടങ്ങളിലും- കണ്ണുക്കര, മുക്കാലി, വെള്ളികുളങ്ങര- വളണ്ടിയർമാർ രാത്രി കാവ ലിരിക്കാൻ പ്ലാൻ ചെയ്തത് പാർട്ടി പ്രവർത്തകനായ ഗോപാലന് അറിയാമായിരുന്നു. വേഗം ചോറ് തിന്ന് തലയിൽ മഫ്ളറും കെട്ടി രാത്രി എട്ടരയോടെ ഗോപാലൻ വീടിറങ്ങി. സാധാരണ പോലെ പാർട്ടിക്കാര്യത്തിന് പോകുന്നതായിട്ടേ അച്ഛൻ വരയിൽ കണാരനും അമ്മ മാതുവും കരുതിയുള്ളൂ. ഇരുപത്തിയൊന്ന് വയസ്സായ മകന്റെ അന്ത്യയാത്രയായിരുന്നു അത്. ചെന്നാട്ടുതാഴ വെടിയേറ്റ് വീണവരിൽ ഗോപാലനും ഉണ്ടെന്ന് സഹോദരങ്ങളായ അച്ചുവും പൊക്കിയും മാതയും അറിഞ്ഞിരുന്നില്ല. അമ്മാവൻ ചോയി വെടിവെയ്പ്പ് സ്ഥല ത്തിനടുത്ത് പോയി അന്വേഷിച്ചെങ്കിലും ശരിയായ വിവരം കിട്ടിയില്ല. ഒളിവിലായിരിക്കുമെന്നവർ ആശ്വസിച്ചു. പിന്നീട് ആരോ പറഞ്ഞു വടകര ഗവൺമെന്റ് ആശുപത്രിയിലുണ്ടെന്ന്. ആശുപത്രിയിൽ പോയി തിരിച്ച വരുമ്പോൾ ഒരു കോൺഗ്രസുകാരൻ ചോയിയെ ച്ചുണ്ടി ബിരിയാണി കോൺസ്റ്റബിളിന് പരിചയപ്പെടുത്തിക്കൊടുത്തു. "മരിച്ച ഗോപാലന്റെ അമ്മാവനാണിവൻ." ഗോപാലന്റെ രക്തസാക്ഷിത്വം ആ കുടുംബം അറിഞ്ഞത് അങ്ങനെയാണ്.

4. വട്ടക്കണ്ടി രാഘുട്ടി

ആറോൺ കമ്പനിയിലെ നെയ്ത്ത് തൊഴിലാളിയായിരുന്ന വി.കെ രാഘുട്ടി. വീട് മുക്കാലി ടൗണിന്റെ തൊട്ട് പടിഞ്ഞാറ് കുന്നിൻ ചെരു വിലായിരുന്നു. വട്ടക്കണ്ടി കുഞ്ഞിരാമന്റെയും ചീരുവിന്റെയും ഇളയ മകൻ. ഇറന്നിട്ട ജാലകത്തിലൂടെ മെഗാഫോണിന്റെ ഒച്ച കേട്ടാണ് അന്ന് ഞെട്ടിയുണർന്നത്. ഒഞ്ചിയം ഭാഗത്തുനിന്നാണ് ആ ശബ്ദം. നേതാക്കൾ ഒളിവിൽ താമസിക്കുന്നതിനെക്കുറിച്ച് സഖാവിന് അറി വുണ്ടായിരുന്നു. "ഒളിച്ചുവെച്ച നേതാക്കളെ പിടിച്ചുപോയി "ജ്യേഷ്ഠൻ ബാലന്റെ ഭാര്യ ജാനകിയോട് ഇതും പറഞ്ഞ് മുറ്റത്തിറങ്ങി രാഘുട്ടി ഓടി. പട്യാട്ട് റെയിൽവേ കട്ടിംഗിന് അടുത്ത് താമസിക്കുന്ന അളവക്കൻ

കൃഷ്ണന്റെ വീടിനെ ലക്ഷ്യമാക്കി. മുക്കളി ടൗണിൽ തമ്പടിച്ച എം.എസ്.പി ക്യാമ്പിന്റെ കണ്ണ് വെട്ടിച്ച്, പുലരിവെട്ടത്തെ കീറിമുറിച്ചുകൊണ്ട് ഒഞ്ചിയ ത്തേക്ക്- മെഗാഫോൺ അലകളുടെ കാന്തശക്തിയിൽ കാല്യകൾ ഒരു യന്ത്രംപോലെ ചലിച്ചുകൊണ്ടിരുന്നു. വടക്കേ മലബാറിലെ കാർഷിക സമരങ്ങളെ അടിച്ചമർത്തിക്കൊണ്ടിരുന്ന പൊലീസ് ഒഞ്ചിയത്തും നായാടാനെത്തുമെന്ന മുന്നറിവ് കമ്യൂണിസ്റ്റ് പാർട്ടി പ്രവർത്തകനായ രാഘട്ടിക്കുണ്ടായിരുന്നു. മരണത്തിന്റെ കഴുത്തിൽ താലി ചാർത്തു മ്പോൾ രാഘട്ടിക്ക് പ്രായം വെറും ഇരുപത്തിനാലായിരുന്നു.

5. ചേരിയിൽതാഴ ചാത്തു

രക്തസാക്ഷിത്വം വരിക്കുമ്പോൾ ഇരുപത്തിമൂന്ന് വയസ്സ് മാത്ര മുണ്ടായിരുന്ന സഖാവ് ചേരിയിൽ താഴ ചാത്തു മണ്ടോടി കണ്ണന്റെ വലംകയ്യായിരുന്നു. കുടികിടപ്പ് ഭൂമിയിൽ താമസിച്ച ധീരനായ ആ കറുത്തമെലിഞ്ഞ കർഷകത്തൊഴിലാളിയുടെ വാക്കുകൾ മണ്ടോടി കണ്ണന്റെ നിർദ്ദേശങ്ങളായാണ് ഒഞ്ചിയത്തുകാരുടെ ചെവിയിൽ എത്തിയത്. കൊറ്റോറത്ത് കണാരന്റെയും മന്ദിയുടെയും മകനായ ആ അവിവാഹിതനായ ചെറുപ്പക്കാരന്റെ ശബ്ദം കേൾക്കുന്നവർക്കെല്ലാം തിരിച്ചറിയാമായിരുന്നു. ഏപ്രിൽ 30ന്റെ ചരിത്ര നിമിഷത്തിലേക്ക് ഒഞ്ചിയം ജനതയോട് ഒരുങ്ങിപ്പുറപ്പെടാൻ മെഗാഫോണിൽ ജനങ്ങ ളോട് വിളിച്ചുപറഞ്ഞത് ചാത്തുവായിരുന്നു. വെടിയേറ്റ് രക്തത്തിൽ കുളിച്ച സഖാവ് സംഭവസ്ഥലത്തുവെച്ചു മരിച്ചിരുന്നില്ല. പൊലീസ് പച്ചോ ലയിൽ കെട്ടിവലിച്ച് ലോറിയിൽ അട്ടിയിട്ടപ്പോഴാണ് ആ നെഞ്ചിടിപ്പ് അവസാനിച്ചത്.

6. മേനോൻ കണാരൻ

മേനോൻ കണാരനും അനുജൻ കോരനും അന്ന് ഒന്നിച്ചാണ് വീട്ടിൽ നിന്നിറങ്ങിയത്. വെടിയേറ്റവരെ രക്ഷാകേന്ദ്രങ്ങളിൽ എത്തിക്കുന്ന തിരക്കിൽപ്പെട്ട് ജ്യേഷ്ഠൻ വെടിയേറ്റ് മരിച്ച വിവരം ആ അനുജൻ വൈകിയേ അറിഞ്ഞുള്ളൂ. കിസാൻ സഭയുടെ ഒഞ്ചിയം പ്രവർത്തക സമിതി അംഗമായ കണാരന് മരിക്കുമ്പോൾ പ്രായം നാൽപ്പത്. അച്യുതൻ, കുഞ്ഞിക്കണ്ണൻ, വാസു, മാധവി, ചാത്തു, നാണി എന്നിവർ മക്കൾ. ഭാര്യ മന്ദി. വെടിയേറ്റ വീണ മേനോൻ കണാരന്റെ കീശയിൽ ഒരു ചെറിയ പുസ്തകമുണ്ടായിരുന്നു. ചോരയിൽ കുതിർന്ന കണക്കപ്പ സ്തകം! വള്ളിക്കാട്ടിലെയും വെള്ളികുളങ്ങരയിലെയും കച്ചവട സ്ഥാപ നങ്ങളിൽ കണക്കെഴുത്തായിരുന്ന സഖാവിന്റെ ജോലി. ഹൈസ്കൂൾ

വരെയായിരുന്നു വിദ്യാഭ്യാസം. മാതാപിതാക്കളായ ചെക്കോട്ടിയും, മാതയും തങ്ങളുടെ മകന് വിദ്യാഭ്യാസം നൽകുന്നതിൽ പ്രത്യേകം ശ്രദ്ധിച്ചിരുന്നു. കുറുമ്പ്രനാട് താലൂക്ക് പാർട്ടിക്കമ്മിറ്റിയുടെ രഹസ്യയോഗം സംശയകരമായ സാഹചര്യത്തിൽ പിന്നീട് മാറ്റിച്ചേർന്നത് സഖാവ് മേനോൻ കണാരന്റെ വീട്ടിലായിരുന്നു.

7. പുറവിൽ കണാരൻ

അറസ്റ്റ് ചെയ്ത സഖാക്കളെ വെള്ളികുളങ്ങര ഭാഗത്തേക്ക് കൊണ്ട പോവുകയാണ്. മെഗാഫോണിന്റെ അലർച്ച കേട്ടാണ് പുറവിൽ കണാരൻ ഞെട്ടിയുണർന്നത്. ഭാര്യ മാതുവിനോട് രോഷത്തിൽ എന്തോ പറഞ്ഞ് പടിയിറങ്ങി ഓടി. പൊലീസിന്റെ അതിക്രമത്തോട്ടുള്ള അമർഷം ആ ചക്കരച്ചെത്തുതൊഴിലാളിയുടെ മനസ്സിൽ നുരഞ്ഞുപൊ ങ്ങി. കയ്യിൽ കത്തുന്ന ചൂട്ടുകറ്റയുമായി ഓടിയെത്തിയവരുടെ മുന്നിൽ കണാരൻ എത്തി. ആദ്യ റൗണ്ട് വെടിവെപ്പിൽ കണാരന്റെ നെഞ്ചിൽ തീയുണ്ട തുളച്ചുകയറി. അടുത്തു വെടിയേറ്റ കിടന്ന കണാരന്റെ മകൻ കണ്ണനോട് അമ്മാവനായ അച്ച വിളിച്ചപറഞ്ഞു. "എനിക്ക് നിന്നെ എടുത്തൂടാ മോനെ..." കാലിന് വെടിയേറ്റ അമ്മാവനും ചോരയിൽ നിരങ്ങുകയായിരുന്നു. "മോനേ... നിന്റച്ഛൻ പോയി..." കണാരന്റെ മൃത്യു നിമിഷങ്ങൾക്കകം മകനറിഞ്ഞു. പുറവിൽ കുങ്കന്റെയും മാതയുടെയും മകന് മരിക്കുമ്പോൾ അമ്പത്തിയേഴ് വയസ്സുണ്ടായിരുന്നു.

8. പാറോള്ളതിൽ കണാരൻ

പുലർച്ചെ പല്ലുതേച്ചുകൊണ്ടിരിക്കുമ്പോഴാണ് പാറോള്ളതിൽ കണാരൻ മെഗാഫോണിന്റെ ശബ്ദം കേട്ടത്. പിന്നെ ഒരു നിമിഷം ചിന്തിച്ചില്ല. വീട്ടിൽ നിന്നും ഇറങ്ങിയോടി. കണാരൻ ഇറങ്ങുമ്പോൾ വീട്ടുകാരും ഇറങ്ങിയിരുന്നു. അയൽ വീട്ടിൽ ജപ്തി വന്നിട്ടുണ്ടെന്നാണവർ കരുതിയത്. പക്ഷേ വഴിക്കുവെച്ച് ആൾക്കാർ അവരെ തടഞ്ഞു തിരി ച്ചയച്ചു. പിന്നീടാണ് വെടിവെയ്പ്പിനെക്കുറിച്ച് അറിഞ്ഞത്. കണാരന് വെടിയേറ്റിട്ടുണ്ടെന്ന് ആരോ പറഞ്ഞു. പാറോള്ളതിൽ മാണിക്കത്തി ന്റെയും കൊറമ്പന്റെയും മകനായ കണാരന് രക്തസാക്ഷിത്വം വരി ക്കുമ്പോൾ നാൽപ്പത്തഞ്ച് വയസ്സായിരുന്നു.

ഒഞ്ചിയത്തിന്റെ സമരപുത്രൻ

ഒഞ്ചിയത്ത് കമ്മ്യൂണിസ്റ്റ് പാർട്ടി കെട്ടിപ്പടുത്ത ധീര രക്തസാക്ഷി യായ സഖാവ് മണ്ടോടി കണ്ണന്റെ മരുമകളാണ് മണ്ടോടി മാത. അവർ മരിക്കുന്നതിന് മുൻപ് സഖാവ് മണ്ടോടിയെക്കുറിച്ച് ഒരു അഭി മുഖസംഭാഷണത്തിൽ പറഞ്ഞതിങ്ങനെയാണ്. "മണ്ടോടി കണ്ണൻ രക്തസാക്ഷിയാവുമ്പോൾ എനിക്ക് അന്ന് പതിനെട്ട് വയസ്സ് പ്രായം, അമ്മാവൻ (സഖാവ് മണ്ടോടി കണ്ണൻ) ഒഞ്ചിയത്ത് കമ്മ്യൂണിസ്റ്റ് പാർട്ടിയുടെ ഉടക്കക്കാരിൽ ഒരാളായിരുന്നു. സ്കൂൾ അധ്യാപകൻ ആയിരുന്നു. സ്വാതന്ത്ര്യ സമരത്തിലും സജീവമായി പങ്കെടുത്തിരുന്നു, അതോടൊപ്പമാണ് കമ്മ്യൂണിസ്റ്റ് പാർട്ടി കെട്ടിപ്പടുക്കാനുള്ള ദൗത്യം ഏറ്റെടുത്ത് മുന്നോട്ട് പോയത്."

കമ്മ്യൂണിസ്റ്റ് പാർട്ടി നേതൃത്വം കൊടുത്ത കർഷക സമരങ്ങളുടെ മുന്നണിയിൽ തന്നെ ഉണ്ടായിരുന്ന മണ്ടോടി കണ്ണൻ. അതിൽ പ്രധാനപ്പെട്ടതാണ് കൃത്താളി സമരം. പേരാമ്പ്രക്കടുത്തുള്ള കൃത്താ ളിയിൽ ജന്മിയായിരുന്ന കൃത്താളി നായർക്കെതിരെ നടത്തിയ ഐതിഹാസിക സമരത്തിൽ ഒഞ്ചിയത്ത് നിന്നും പോയ സമര പോരാളികളുടെ വളണ്ടിയർ ക്യാപ്റ്റൻ ആയിരുന്ന സഖാവ് മണ്ടോടി കണ്ണൻ. "ചത്താലും ചെത്തും കൃത്താളി" എന്ന മുദ്രാവാക്യം കൃത്താളി സമരത്തിലേതായിരുന്നു. ഇന്ത്യ സ്വതന്ത്രമായതിനുശേഷം കമ്മ്യൂ ണിസ്റ്റ് പാർട്ടി എടുത്ത നിലപാടുകളിൽ പ്രതിഷേധിച്ച മണ്ടോടി കണ്ണൻ പാർട്ടി പ്രവർത്തനത്തിൽ നിന്നും പൂർണമായി മാറി നിന്നു. കമ്മ്യൂണിസ്റ്റുകാരനായതിന്റെ പേരിൽ അധ്യാപക ജോലി അദ്ദേഹ ത്തിന് നഷ്ടപ്പെട്ട പോയിരുന്നു. മണ്ടോടി കണ്ണനെ അപമാനിക്കാൻ വേണ്ടി ഒരു വിദ്യാർത്ഥിനിയുടെ സ്വർണാഭരണം അദ്ദേഹത്തിന്റെ

ബാഗിൽ എടുത്തു വെച്ച രാഷ്ട്രീയ എതിരാളികളെ വരെ പിൽക്കാലത്ത് തന്റെ ത്യാഗ പൂർണമായ ജീവിതം കൊണ്ട് അദ്ദേഹം തോൽപ്പിച്ച കളഞ്ഞു. രാഷ്ട്രീയ പ്രവർത്തനത്തിനിടയിൽ കൊടിയ മർദ്ദനങ്ങൾ എതിരാളികൾ അദ്ദേഹത്തിനെതിരെ അഴിച്ച വിട്ടുകയുണ്ടായി. തന്നെ മർദിച്ച ചോരയിൽ കുളിപ്പിച്ചവരുടെ വീട്ടുകളിൽ ആ ചോരയിൽ കുളിച്ച വസ്ത്രത്തോടെ പോയി അവരെയൊക്കെ കമ്മ്യൂണിസ്റ്റ് പാർട്ടിയുടെ ഭാഗ മാക്കുന്ന അനിതര സാധാരണമായ രാഷ്ട്രീയ പ്രവർത്തന ശൈലിയുടെ ഉടമയായിരുന്ന പിൽക്കാലത്ത് ഒഞ്ചിയത്തിന്റെ ഇതിഹാസങ്ങളിൽ ഒരാളായി മാറിയ സഖാവ് മണ്ടോടി കണ്ണൻ.

1918 ജൂലൈ 12 ന് മണ്ടോടികുനിയിൽ എന്ന വീട്ടിലാണ് മണ്ടോടി കണ്ണൻ ജനിക്കുന്നത്. അച്ഛൻ: ചെക്കായി. 'അമ്മ: മാണിക്കം. മിഷനറി പ്രവർത്തനത്തിനായി കേരളത്തിലെത്തി വിദ്യാഭ്യാസ ആരോഗ്യ രംഗങ്ങളിൽ വിപ്ലവകരമായ മാറ്റങ്ങൾ വരുത്തിയ ബാസിലസ് ഇവാ ഞ്ചലിക്കൽ മിഷൻ (BACILLUS EVANGELICAL MISSION- BEM) മുക്കാളിയിൽ (ചോമ്പാല) സ്ഥാപിച്ച BEM എലിമെന്ററി സ്കൂളിൽ നിന്നും 1934ൽ എട്ടാം ക്ലാസ് ഉയർന്ന നിലയിൽ വിജയിച്ച മണ്ടോടി കണ്ണൻ തലശ്ശേരി BEM ട്രെയിനിങ് സ്കൂളിൽ നിന്നും അധ്യാപക പരിശീലനം പൂർത്തിയാക്കി. ആദ്യമായി അഴിയൂർ കല്ലാമലയിലെ ആദി ദ്രാവിഡ സ്കൂളിലെ ഹെഡ്മാസ്റ്ററായിരുന്ന എബ്രഹാം മാസ്റ്ററുടെ കീഴിൽ അധ്യാപക ജോലി ആരംഭിച്ചു. പിന്നീട് എടച്ചേരി കച്ചേരിയിലെ മാപ്പിള സ്കൂളിലെ മാനേജർ ആയിരുന്ന കെ. സൂപ്പി മുസ്ലിയാർ തന്റെ സ്കൂളിൽ മണ്ടോടി കണ്ണനെ അധ്യാപകനായി നിയമിച്ചു. ആ കാലത്ത് പടർന്നു പിടിച്ച വസൂരി കോളറ രോഗങ്ങൾ തുടച്ച നീക്കാനുള്ള സേവന പ്രവർത്തങ്ങളിൽ മണ്ടോടി കണ്ണൻ നേതൃപരമായി ഇടപെട്ടു. ഒഞ്ചി യത്തെ ഉജ്ജ്വലനായ കമ്മ്യൂണിസ്റ്റ് നേതാവായി മണ്ടോടി കണ്ണൻ ഉയർന്നു വന്നു.

1948 ഫെബ്രുവരിയിൽ കൽക്കത്തയിൽ വെച്ച് നടന്ന കമ്മ്യൂണിസ്റ്റ് പാർട്ടിയുടെ പാർട്ടി കോൺഗ്രസിൽ അന്നത്തെ ജനറൽ സെക്രട്ടറി ആയിരുന്ന ബി ടി രണദിവേയുടെ നേതൃത്വത്തിൽ അവതരിപ്പിച്ച പുതിയ ലൈനിനെ തുടർന്ന് കമ്മ്യൂണിസ്റ്റ് പാർട്ടി ഇന്ത്യയിൽ നിരോധിക്കപ്പെ ട്ടു. ഇന്ത്യയിൽ സായുധ സമരത്തിലൂടെ അധികാരം പിടിച്ചെടുക്കുക എന്നതായിരുന്ന കൽക്കട്ട തീസിസ് എന്നറിയപ്പെട്ട ആ പ്രവർത്തന പദ്ധതി. ഇന്ത്യയിൽ കമ്മ്യൂണിസ്റ്റ് പാർട്ടിയുടെ നേതാക്കളും പ്രവർ ത്തകരും അറസ്റ്റ് ചെയ്യപ്പെടുകയും ഒളിവിൽ പോവുകയും ചെയ്തു.

ഈ കാലത്താണ് കമ്മ്യൂണിസ്റ്റ് പാർട്ടിയുടെ കുറുമ്പ്രനാട് താലൂക്ക് കമ്മിറ്റിയുടെ ഒരു രഹസ്യ യോഗം ഒഞ്ചിയത്ത് വിളിച്ച കൂട്ടുന്നത്. 1948 ഏപ്രിൽ 29-ന രാത്രിയായിരുന്ന ആ യോഗം നടന്നത്. ഈ യോഗത്തെ കുറിച്ച് രഹസ്യ വിവരം കിട്ടിയ പൊലീസ് അന്ന് അർദ്ധരാത്രി ഒഞ്ചിയ ത്തേക്ക പുറപ്പെട്ട. മലബാർ സ്പെഷ്യൽ പൊലീസിന്റെ (MSP) ഒരു ബറ്റാലിയൻ മുക്കാളിയിൽ വന്നിറങ്ങി. അവർ ഒഞ്ചിയത്തേക്ക മാർച്ച ചെയ്ത. ഒഞ്ചിയത്ത് MSP വന്നിറങ്ങിയ വിവരം പാർട്ടി സഖാക്കൾ മെഗാഫോണിലൂടെ ഒഞ്ചിയത്തെ ജനതയെ അറിയിച്ചു. മലബാർ കലാപ സമയത്ത് ആ കലാപം അടിച്ചമർത്താൻ വേണ്ടി സൃഷ്ടിക്ക പ്പെട്ടതായിരുന്ന മലബാർ സ്പെഷ്യൽ പൊലീസ്. ബ്രിട്ടീഷ് മദ്രാസ് ഗവണ്മെന്റ്, കലാപം അടിച്ചമർത്താൻ പ്രത്യേക രീതിയിൽ ട്രെയിനിങ് നൽകിയവരായിരുന്ന MSP. ഒരു ധാർമികതയും ദയാദാക്ഷിണ്യവുമില്ലാ ത്ത സ്വഭാവരീതിയിലായിരുന്ന ഈ MSP യെ വാർത്തെടുത്തിരുന്നത്. അവരെയാണ് സ്വതന്ത്ര ഭാരതത്തിലെ ജനകീയ ഗവണ്മെന്റ് സ്വന്തം പൗരന്മാർക്കെതിരെ അഴിച്ചവിട്ടത്. MSP ക്കാർ മുക്കാളിയിൽ നിന്നം പട്ട്യാട്ട് തട്ടോളിക്കര വഴി ഒഞ്ചിയത്തുള്ള മണ്ടോടി കണ്ണന്റെ വീട്ടിലേ ക്ക ഇരച്ച കയറി. മണ്ടോടി കണ്ണന്റെ 'അമ്മ അടക്കമുള്ളവരെ മർദിച്ച, എല്ലാ വീട്ടുസാധനങ്ങളും തച്ചടച്ച, ബാക്കിയുള്ളവ കിണറ്റിൽ വാരിയിട്ട. മണ്ടോടി കണ്ണന്റെ കുടുംബം ആ അർധരാത്രി മലോൽ കുട്ടിച്ചാത്തൻ ക്ഷേത്രത്തിലെ കഴകപ്പുരയിൽ അഭയം തേടി. തന്റെ കുടുംബത്തോട് പൊലീസ് കാണിക്കുന്ന നീതികേട് അയൽ വീടായ തൈവെച്ച പറമ്പ ത്ത് നിന്നുകൊണ്ട് മണ്ടോടി കണ്ണൻ കാണുന്നുണ്ടായിരുന്ന (ധീര രക്ത സാക്ഷി സഖാവ് ടി പി ചന്ദ്രശേഖരന്റെ വീട്). മണ്ടോടി പറമ്പിൽ നിന്നം ഉയർന്ന പ്രദേശമായിരുന്ന തൈവെച്ച പറമ്പത്ത്. പറങ്കി മാവിന്റെ ശിഖരം ഒടിച്ച ആയാട്ട് ഗോവിന്ദനെന്ന കൗമാരക്കാരനോടൊപ്പം അതിന്റെ മറവിലിരുന്ന ഹൃദയ വേദനയോടെ ആ കമ്മ്യൂണിസ്റ്റ്കാരൻ കണ്ണിൽ നിന്ന് ഒരു തുള്ളി കണ്ണീർ വീഴാതെ ആ കാഴ്ച കണ്ട നിന്നത്. അതിനു ശേഷം മണ്ടോടി കണ്ണന്റെ മദ്രാസിൽ ജോലിയുണ്ടായിരുന്ന സുഹൃത്തിന്റെ വലിയപറമ്പത്ത് എന്ന വീട്ടിൽ കയറി അതിക്രമം നടത്തിയതിനുശേഷമാണ് കർഷക കാരണവരായിരുന്ന പുളിയുള്ള തിൽ ചോയി എന്നവരുടെ വീട്ടിൽ MSP ക്കാർ എത്തുന്നത്. കമ്മ്യൂണിസ്റ്റ് പാർട്ടിയുടെ രഹസ്യ യോഗം അവിടെയായിരുന്ന സംഘടിപ്പിച്ചത്. അപകടം മണത്തിരുന്ന പാർട്ടി സഖാക്കൾ പെട്ടെന്ന് തന്നെ യോഗം അവസാനിപ്പിച്ച് പാർട്ടി നേതാക്കളെ എടക്കണ്ടി കുന്നിലുള്ള പാർട്ടി ഷെൽട്ടറുകളിലേക്ക മാറ്റിയിരുന്ന. പൊലീസുകാർ ചോയിയേയും

മക്കളെയും അറസ്റ്റ് ചെയ്ത് കയറുകൊണ്ട് കൊണ്ട് കൈകൾ കെട്ടി വെള്ളികുളങ്ങര ഭാഗത്തേക്ക് നടത്തിച്ച കൊണ്ടുപോയി. ഒഞ്ചിയം പ്രദേശത്തെ സഖാക്കളും അവരുടെ മുന്നിലും പിന്നിലുമായി പൊലീസുകാരോട് തർക്കിച്ച മുന്നോട്ടുപോയി. മണിക്കൂറുകൾ എടുത്തു അവർ ഒന്നര കിലോമീറ്റർ അകലെയുള്ള ചേന്നാട്ട് താഴ എത്താൻ. അവസാനം സൂര്യോദയത്തിനു തൊട്ട മുൻപ് ജനങ്ങൾക്കെതിരെ പൊലീസ് ഏകപക്ഷീയമായി വെടിയുതിർത്തു. എട്ടുപേർ രക്തസാക്ഷി കളായി. വെടിയേറ്റ് നിരവധിപേർ അംഗവൈകല്യമുള്ളവരായി. പച്ചോ ലയിൽ പൊതിഞ്ഞാണ് രക്തസാക്ഷികൾ ആയവരെയും പ്രാണൻ പൂർണമായി പോവാത്തവരെയും ഒരുമിച്ച ഒരു ലോറിയിൽ എടുത്തിട്ട് കൊണ്ടുപോയത്. വടകര പുറങ്കരയിലെ കടപ്പറത്ത് രക്തസാക്ഷികളെ ഒരു കുഴിയിൽ പൊലീസ് അടക്കം ചെയ്തു.

പിന്നീട് ദിവസങ്ങളോളം ഒഞ്ചിയത്ത് രഹസ്യ പൊലീസ് മണ്ടോടി കണ്ണനെയും തേടി ഇറങ്ങി. ജനങ്ങളെ അവർ വല്ലാതെ ഉപദ്രവിക്കുകയും സമാധാനമായി ജീവിക്കാൻ അനുവദിക്കാതിരിക്കുകയും ചെയ്തു. ജനങ്ങ ളുടെ സമാധാന ജീവിതത്തിനായി പൊലീസിന് പിടികൊടുക്കാൻ ആ ധീരസഖാവ് തീരുമാനിച്ചു. 1948 മെയ് മാസം പകുതിയിൽ നെല്ലാച്ചേരി കിഴക്ക ഭാഗത്തെ തന്റെ ബന്ധു വീടായ പുനത്തിൽ വീട്ടിൽ മണ്ടോടി കണ്ണൻ പരസ്യമായി ഇരുന്നു. ഒറ്റുകാർ വിവരവും കൊണ്ട് പൊലീസുകാ രുടെ അടുക്കലേക്ക ഓടി. മണ്ടോടി കണ്ണനെ പൊലീസ് അറസ്റ്റ് ചെയ്തു. വടകര ലോക്കപ്പിലേക്ക കൊണ്ടുപോയി. മൂന്ന് ദിവസം അതിക്രൂരമായ മർദ്ദനങ്ങൾ ആ ധീര പോരാളി ഏറ്റുവാങ്ങി. ശരീരം തകർത്തു കളഞ്ഞി ട്ടും തന്റെ രാഷ്ട്രീയബോധ്യങ്ങളിൽ നിന്ന് ഒരിഞ്ച പോലും പിറകോട്ട പോകാൻ മണ്ടോടി കണ്ണൻ തയ്യാറായില്ല. കമ്മ്യൂണിസ്റ്റ് പാർട്ടിക്ക് മൂർദ്ദാബാദ് വിളിക്കാൻ പൊലീസ് നിർബന്ധിച്ചിട്ടും 'കമ്മ്യൂണിസ്റ്റ് പാർട്ടി സിന്ദാബാദ്' എന്ന് ഉറക്കെ വിളിച്ച പൊലീസിനെ അമ്പരപ്പെടുത്തി ആ മനുഷ്യൻ. അവസാനം തന്റെ ശരീരത്തിൽ നിന്നൊഴുകിയ ചോര കൊണ്ട് വടകര ലോക്കപ്പ് ചുമരിൽ അരിവാൾ ചുറ്റിക വരച്ച വെച്ച് ചരിത്രമെഴുതി ഒഞ്ചിയത്തിന്റെ ഇതിഹാസം മണ്ടോടി കണ്ണൻ.

കണ്ണൂർ സെൻട്രൽ ജയിലിൽ മണ്ടോടി കണ്ണനെ കാണാൻ പോയ കാഴ്ച വേദനയോടെ മതേടത്തി പങ്കുവെച്ച. "ഞാനും അമ്മായിയും (മണ്ടോടി കണ്ണന്റെ ഭാര്യ ചീരു ടീച്ചർ) ബന്ധുക്കളും മണ്ടോടി കണ്ണനെ കാണാൻ കാത്ത നിൽക്കുകയായിരുന്നു. അപ്പോഴാണ് ആ ജയിലിൽ ഒഞ്ചിയം സമരത്തെ തുടർന്ന് പ്രതികളാക്കപ്പെട്ട ഇല്ലത്തു കണ്ണോട്ടനും

ഒന്ന് രണ്ട സഖാക്കളും കുളിക്കാനായി സെല്ലിൽ നിന്നും പുറത്തു പോകുന്നത് കണ്ടത്. അവർ ഞങ്ങളുടെ അടുത്തേക്ക് വന്ന പറഞ്ഞു, എങ്ങനെയെങ്കിലും കോടതിയിൽ പോയി പരോൾ സംഘടിപ്പിച്ച മണ്ടോടി കണ്ണനെ പുറത്തുകൊണ്ടുപോയി ചികിൽസിപ്പിക്കണം. അത്രയ്ക്ക് മർദിച്ചിട്ടുണ്ട് പൊലീസ് അദ്ദേഹത്തെ. അപ്പോഴാണ് രണ്ട പേര് അപ്പറവും ഇപ്പറവും തോളിൽ താങ്ങി മണ്ടോടി കണ്ണനെ ഞങ്ങളുടെ അടുത്തേക്ക് കൊണ്ട് വന്നത്. വേദന കടിച്ചമർത്തി അമ്മാവൻ ഞങ്ങളോട് സംസാരിച്ചു".

നിശബ്ദമായി നിൽക്കുന്ന തന്റെ ഭാര്യ ചീരു ടീച്ചറോട് മണ്ടോടി കണ്ണൻ ചോദിച്ചു. 'നീയെന്താ മിണ്ടാതെ നിൽക്കുന്നത്. ഒരു പൊട്ടി ക്കരച്ചിലായിരുന്നു ചീരു ടീച്ചറിൽ നിന്നുണ്ടായത്. മണ്ടോടി കണ്ണനും ചീരു ടീച്ചർക്കും ഒരു മകൾ ഉണ്ടായിരുന്ന 'ജാനകി'. മണ്ടോടി കണ്ണന്റെ വാത്സല്യഭാജനമായിരുന്ന അവൾ. ജാനകിയെക്കൊണ്ട് കമ്മ്യൂണിസ്റ്റ് പാർട്ടിയുടെ മുദ്രാവാക്യം വിളിപ്പിച്ച പാട്ട പാടിക്കുമായിരുന്ന മണ്ടോടി കണ്ണൻ എന്ന സ്നേഹനിധിയായ അച്ഛൻ. ആ മകൾ പനി ബാധിച്ച മതിയായ ചികിത്സകിട്ടാതെ മരിച്ച പോകുകയായിരുന്നു. ആ വിവരം പറയാനാവാത്തതുകൊണ്ടായിരുന്ന ചീരു ടീച്ചർ പൊട്ടിക്കരഞ്ഞത്. മണ്ടോടി കണ്ണൻ ഭാര്യയെ സമാധാനിപ്പിച്ചു. പ്രിയ മകളുടെ മരണം ആ മനുഷ്യന്റെ ഹൃദയം എങ്ങനെ താങ്ങി എന്ന് സാധാരണ മനുഷ്യർക്ക് ചിന്തിക്കാൻ കഴിയില്ല. അച്ഛന്റെ കടമ നിറവേറ്റാൻ പറ്റാതെ... മകൾക്ക മതിയായ ചികിത്സകൊടുക്കാൻ പറ്റാതെ ഈ നാടിനും ഒരു പ്രത്യയ ശാസ്ത്രത്തിനും വേണ്ടി ശരീരം മർദനങ്ങളേറ്റവാങ്ങി രക്തസാക്ഷിത്വ ത്തിലേക്ക നടന്ന കയറിയ ആ മനുഷ്യൻ ഈ നാട് ഉള്ളടത്തോളം കാലം ഒഞ്ചിയത്തിന്റെ ഇതിഹാസ താരം തന്നെ ആയിരിക്കും.

ഇടനെഞ്ച് തുളച്ചുപാഞ്ഞ വെടിയുണ്ടയുമായി കരുത്തോടെ നിന്ന പുറവിൽ കണ്ണൻ

"1948 ഏപ്രിൽ 30ന് പുലർച്ചെ മെഗാഫോണിന്റെ ശബ്ദം കേട്ടാണ് ഞങ്ങൾ ഒഞ്ചിയത്തുകാർ പലരും ഉറക്ക മെണീറ്റത്. കമ്യൂണിസ്റ്റുകാരെ പിടിക്കാനായി എം.എസ്.പിക്കാർ ഇറങ്ങിയിട്ടുണ്ടെന്നായിരുന്ന മെഗാഫോണിലൂടെ കേട്ടത്. തുടർന്ന് പ്രദേശത്തെ ജനത ഒന്നായി വീടിന്റെ മുന്നില്ലുള്ള ചേന്നാറ്റ പാടത്തേക്ക് പോകുന്നതാണ് കണ്ടത്. അച്ഛൻ (പുറവിൽ കണാരൻ) വയലിലേക്ക് നടന്നപ്പോൾ 18കാരനായ ഞാനും പിന്നാലെ പോയി. വൻ ജനാവലി ക്ക് നടുവിൽ 19ഓളം എം.എസ്.പിക്കാർ തോക്കുമേന്തി നിൽപ്പുണ്ടാ യിരുന്നു. വാറണ്ടില്ലാതെ രണ്ട് സഖാക്കളെ അറസ്റ്റ് ചെയ്ത കൊണ്ടു പോകുന്നതിനെ തടയുകയായിരുന്ന ജനത. ഇവരെ വിട്ടുതരില്ലെന്ന് പൊലീസും കൊണ്ടുപോകുമെന്ന് ജനങ്ങളും പറഞ്ഞതോടെ സ്ഥിതി സംഘർഷഭരിതമായി. അപ്രതീക്ഷിതമായി പൊലീസ് നിറയൊഴിച്ച തോടെ കൂടി നിന്നവർ ഒന്നടങ്കം ചിതറിയോടി. വയലിനു സമീപത്തെ കൊള്ളിൽ നിൽക്കുകയായിരുന്ന ഞാനും മുൻപിൻ നോക്കാതെ ഓട്ട കയായിരുന്നു. അപ്പോൾ പിന്നിലേറ്റ വെടിയുണ്ട നെഞ്ചിൻകൂട് തുളച്ച് കഴുത്തിലൂടെ മുന്നോട്ട് പാഞ്ഞുപോയത് ഞാനറിഞ്ഞില്ല. എല്ലാവരും പരക്കം പായുമ്പോൾ ഞാനുമോടി. അൽപനേരം കൊണ്ടതന്നെ കണ്ണിന്റെ കാഴ്ച നശിക്കുന്നതായും തല കറങ്ങുന്നതായും തോന്നി. ശ്വാസം മൂക്കിലൂടെ വരുന്നില്ലെന്നറിഞ്ഞപ്പോഴാണ് കഴുത്തിന്റെ ഒരു ഭാഗ ത്തുനിന്ന് ചോര ചീറ്റുന്നതറിഞ്ഞത്. കഴുത്തില്ലുണ്ടായ തുളയില്ലൂടെയാണ്

പിന്നീട് ശ്വാസം പുറത്തേക്ക് വന്നത്. നടക്കാനാവാതെ സമീപത്തെ കൊള്ളിലേക്ക് ശരീരം ചാഞ്ഞ് വീഴവെ ഓടിയെത്തിയ ബന്ധു പറഞ്ഞ പ്പോഴാണ്, അപ്പറത്ത് അച്ഛൻ (പുറവിൽ കണാരൻ) വെടിയേറ്റ് മരിച്ച വീണ കിടപ്പുണ്ടെന്ന് അറിഞ്ഞത്."

അച്ഛന്റെയ്യും മകന്റെയ്യും ജാതകം ഒന്നായ നിമിഷം

"അർധബോധത്തോടെ എന്നെ അപ്പറത്തെ കൊള്ളിൽ നിൽ ക്കുകയായിരുന്ന ചിലർ ളുക്കിയെടുത്ത് കൊണ്ടുപോയി. പച്ചോല യിൽ കെട്ടിയ ശേഷം എന്നെ ചെന്നാട്ട് കുന്നിൻ മുകളിലേക്ക് കൊണ്ടുപോയി. എന്നെ കണ്ട ശേഷം ആരോ പറഞ്ഞതായി ഓർമയുണ്ട്. അച്ഛന്റെയ്യും മകന്റെയ്യും ജാതകം ഒന്നായി മാറിയോ... വീണ്ടും അച്ഛന്റെ മൃതദേഹത്തെക്കുറിച്ച് ഓർമ വരുന്നുണ്ടായിരുന്നു. അപ്പോഴാണ് എനിക്ക് ചുറ്റും കിടന്നിരുന്നവർ ചോര വാർന്നൊലിച്ച കൊണ്ട് നിലവിളിക്കുകയാണെന്നറിഞ്ഞത്. പി.പി കണ്ണേട്ടന്റെ വിരൽ വെടിയേറ്റ് തകർന്ന് ളുങ്ങിയാട്ടകയായിരുന്നു. വിരലൊന്ന് മുറിച്ചുമാറ്റാ നായി കേണപേക്ഷിക്കുകയാണ്. വായിൽ വെടിയുണ്ടയേറ്റ് തകർന്ന് കിടക്കുന്ന വടേക്കണ്ടി ചാത്തു, ടി.സി കുഞ്ഞിരാമൻ എന്നിങ്ങനെ ചെറുതും വല്യതുമായി പരിക്കേറ്റ പലരും അവിടെ കിടപ്പുണ്ടായിരുന്നു. അപ്പോഴേക്കും വിവരമറിഞ്ഞ് മണ്ടോടി കണ്ണൻ അവിടെയെത്തിയിരു ന്നു. എനിക്ക് ശ്വാസം നഷ്ടപ്പെടുന്നതുപോലെ തോന്നിയപ്പോൾ കണ്ണേ ട്ടൻ മുണ്ട് പറിച്ചുകീറി പെരേലച്ചപ്പ് നെഞ്ചിലെ തുളയിൽ വെച്ചുകെട്ടിയ പ്പോഴാണ് ശ്വാസം വീണ്ടും വീണത്. അവിടന്ന് പച്ചോലയിൽ കെട്ടിയ എന്നെയ്യും വഹിച്ച് വെള്ളികുളങ്ങരയിൽ എത്തുമ്പോഴേക്കും വീണ്ടും പൊലീസ്. എന്നെ അവിടെ വെച്ച ശേഷം കൂടെയുണ്ടായിരുന്നവർ മാറിനിന്നു. പൊലീസ് പോയ ശേഷമാണ് കോഴിക്കോട് കോട്ടപ്പറമ്പ് ആശുപത്രിയിലേക്ക് മരണാസന്നനായ എന്നെയ്യും ചാത്തുവിനെയുമട ക്കം കൊണ്ടുപോയത്. അച്ഛനടക്കം എട്ട പേരാണ് സംഭവസ്ഥലത്ത് വെച്ച് മരിച്ചത്. വെടിവെക്കമ്പോൾ എന്ത് ചെയ്യണമെന്ന പരിശീലന മൊന്നും കിട്ടാത്തവരായിരുന്ന അവിടെ കൂടിയവർ. അതിനിടയിൽ മുൻ പരിചയമുള്ളവർ ചിലർ വിളിച്ചുപറഞ്ഞു. സഖാക്കളേ കമിഴ്ന്നകിടക്ക്... അത് കേട്ട ചിലരൊക്കെ ഓടാതിരുന്നതിനാലാകാം മരണം എട്ടിൽ ചുരുങ്ങിയത്."

ഇ.എം.എസ്.

കൃഷ്ണപിള്ള

എ.കെ.ജി

വയലിൽ കൊടികുത്തി പണിക്കിറങ്ങിയ കാലം

"ഒഞ്ചിയം വെടിവെപ്പിന് സർക്കാറിനെയും പൊലീസിനെയും പ്രേരിപ്പിച്ചത് ജന്മിത്തത്തിനെതിരെ ഇവിടെ കമ്യൂണിസ്റ്റുകാർ പ്ര വർത്തിച്ചതിനാലാണ്. വൻ ഭൂപ്രമാണിമാരുടെ കീഴിലായിരുന്ന ഇവിട്ടത്തെ സാധാരണ ജനത കഴിഞ്ഞുപോന്നത്. അവരുടെ വയലിൽ കൂലിപ്പണിയെടുത്തിരുന്നവർ കടുത്ത പീഡനങ്ങളാണ് അനുഭവിച്ചു പോന്നത്. ജന്മിമാരുടെ പറമ്പിൽ കുടില്ല കെട്ടി താമസിക്കുന്നവർ ഏത് നിമിഷവും കുടിയൊഴിപ്പിക്കൽ ഭീഷണിയിലായിരുന്നു. ഇത്തരത്തിൽ കടുത്ത അരക്ഷിതാവസ്ഥയെ മറികടക്കാനായി അന്നത്തെ കമ്യൂണി സ്റ്റ് നേതാക്കളായ ഇ.എം.എസ്, കൃഷ്ണപിള്ള, എ.കെ.ജി എന്നിവർ സംസ്ഥാനത്തെങ്ങും ഇടപെട്ടിരുന്ന സമയം. ഇവിടെയും ധീരനായ മണ്ടോടി കണ്ണനെപ്പോല്യുള്ളവർ അതേ ഇടപെടൽ തുടങ്ങിയിരുന്നു.

അതിരാവിലെ കണ്ടത്തിലിറങ്ങുന്ന സ്ത്രീകൾ അടക്കം കൃഷിക്കാർ നാട്ടിപ്പണി കഴിഞ്ഞ് വീട്ടിലേക്ക് മടങ്ങുന്നത് നേരം ഇരുട്ടിയാൽ മാത്രമാണ്. യാതൊരു ഇടവേളയുമില്ലാതെ പണിയെടുത്താൽ തന്നെ ഇരുനാഴി നെല്ലു മാത്രമാണ് പ്രതിഫലമായി ലഭിച്ചിരുന്നത്. മുലകുടി മാറാത്ത കുഞ്ഞിനെ വീട്ടിൽ കിടത്തി പണിക്ക് വരുന്ന സ്ത്രീകൾക്ക് പകൽ സമയം ഏതെങ്കിലും വേളയിൽ വീട്ടിലെത്തി കുഞ്ഞിന് മുലയൂ ട്ടാൻ പോലും പറ്റില്ല. കുട്ടികൾ നിലവിളിച്ചാൽ ബന്ധുക്കൾ കുട്ടിയെയു മെടുത്ത് വയൽവരമ്പിൽ എത്തിച്ചാണ് മുലകൊടുത്തിരുന്നത്. ഇത്തരം ദയനീയമായ ചിത്രം മാറ്റണമെന്നതിനാലാണ് ഇവിടെ കണ്ണേട്ടന്റെ നേതൃത്വത്തിൽ തൊഴിലാളികളെ സംഘടിപ്പിച്ചത്. വേലയ്ക്ക് സമയവും വ്യവസ്ഥയുമൊക്കെ വേണമെന്നായി കണ്ണേട്ടന്റെ അഭിപ്രായം. അങ്ങനെ രാവിലെ 8ന് വയലിൽ ഇറങ്ങി വൈകുന്നേരം അഞ്ചരയോടെ

പണി കയറണമെന്ന തീരുമാനത്തിലെത്തി. രാവിലെ വയലിൽ ഇറങ്ങു
മ്പോൾ വയലിന്റെ ഒത്ത നടുവിൽ കൊടി കുത്തും. വൈകുന്നേരം പണി
കയറുമ്പോൾ ആ കൊടി തിരികെയെടുക്കണമെന്നാണ് വ്യവസ്ഥ.

തൊഴിലാളികൾക്കിടയിൽ വന്ന ഈ മാറ്റം ജന്മിമാരെയും അവരെ
പിന്തുണക്കുന്ന കോൺഗ്രസ് ഗവൺമെന്റിനെയും വല്ലാതെ ചൊടിപ്പിച്ചി
രുന്നു. കണ്ണേട്ടന്റെ നേതൃത്വത്തിൽ ഒഞ്ചിയത്ത് പാർട്ടി കെട്ടിപ്പടുക്കുന്നത്
തിരിച്ചറിഞ്ഞതോടെ അവരെ വേട്ടയാടാൻ പൊലീസ് രംഗത്തെക്ക
യായിരുന്നു. കമ്യൂണിസ്റ്റുകാർ പടിഞ്ഞാറ്റോടി മീത്തലിൽ രഹസ്യമായി
യോഗം ചേരുന്ന വിവരം അറിഞ്ഞാണ് ഏപ്രിൽ 30ന് പൊലീസെ
ത്തിയത്. യോഗത്തിൽ എത്തേണ്ടിയിരുന്ന സി.കെ വാസു എത്താ
ത്തപ്പോൾ തന്നെ സംശയം ഉയർന്നു. അങ്ങനെ അവിടെ നടക്കേണ്ട
യോഗം പുതുക്കുടിയിൽ ആണ്ടിയുടെ വീട്ടിലേക്ക് മാറ്റി. ഇതറിയാതെ
അന്ന് രാവിലെ മുക്കാളിയിൽ ഇറങ്ങിയ 19 അംഗ എം.എസ്.പിക്കാർ
കണ്ണേട്ടന്റെ വീട്ടിൽ എത്തി. കണ്ണേട്ടനെ കിട്ടാതായതോടെ യോഗം
നടക്കുമെന്ന് കരുതിയ പടിഞ്ഞാറ്റോടി മീത്തൽ എത്തി. അവിടെ നിന്ന്
ചോയിയച്ചനെയും കണാരേട്ടനെയും വാറണ്ടൊന്നുമില്ലാതെ കസ്റ്റഡി
യിലെടുത്ത് വയലില്ലൂടെ കൊണ്ടുപോകുമ്പോഴാണ് ജനം വളഞ്ഞത്.”

<h2 style="text-align:center">മാലാഖയുടെ കത്ത്</h2>

“കോട്ടപ്പറമ്പ് ആശുപത്രിയിൽ മരണത്തോട് മല്ലടിച്ചാണ് ആദ്യനാ
ളുകൾ പിന്നിട്ടത്. ഒപ്പം മറ്റ കിടക്കകളിലായി കുങ്കൻ നായരും സി.കെ
ചാത്തുവുമൊക്കെയുണ്ടായിരുന്നു. ചോരവാർന്ന് കട്ടത്ത ക്ഷീണിതനാ
യതിനാൽ നല്ല ബോധമുണ്ടായിരുന്നില്ല. ആദ്യ ദിവസം രാത്രിയിൽ
ഉറക്കത്തിനിടയിൽ സമീപത്തെ കിടക്കക്കരികിൽ നിന്ന് നിലവിളി
കേട്ടിരുന്നു. ചിലർ കൂടിനിൽക്കുന്നത കണ്ടതല്ലാതെ പിന്നീടൊന്നും
ഓർമ്മയുണ്ടായിരുന്നില്ല. രണ്ട ദിവസം കഴിഞ്ഞപ്പോഴാണ് ശരിക്ക്
ബോധം വന്നത്. രാവിലെ രക്തം കയറ്റാനായി നഴ്സ് എത്തിയപ്പോൾ
ചാത്തു ഏതു കിടക്കയിലാണെന്നു ചോദിച്ചു. ഉത്തരം കിട്ടാത്തതിനാൽ
സമീപത്തുണ്ടായിരുന്ന കുങ്കൻ നായരോട് ചോദിച്ചു.

ചാത്തു മരിച്ചു...

മറുപടി കേട്ടതും ഞാൻ തരിച്ചുപോയി. അപ്പോഴാണ് ആദ്യനാൾ
രാത്രിയിൽ സമീപത്തെ കിടക്കക്കരികിൽ നിന്ന് നിലവിളിയുണ്ടായ
കാര്യം ഓർമ്മയിലെത്തിയത്. പലരും പിടഞ്ഞുവീണ് മരിച്ചത് ഇത്രയും
ദിവസത്തിനുള്ളിൽ വല്ലാതെ വേദനയുണ്ടാക്കിയിരുന്നുവെങ്കിലും

അച്ഛന്റെ മരണവും പിന്നീട് ഒന്നിച്ച് ആശുപത്രിയിലെത്തിയ ചാത്തുവി
ന്റെ മരണവും എന്നെ ആഴത്തിൽ ഉലച്ചു.

രണ്ടാഴ്ചയോളം അവിടെ വേദന തിന്ന് കഴിയുമ്പോഴും എന്റെ
കിടക്കക്കരികിൽ ബന്ധുക്കളാരും എത്തിയിരുന്നില്ല. അതിനാൽ
എന്തേ ബന്ധുക്കളെ കാണാത്തത് എന്ന് ഒരു നഴ്സ് അന്വേഷിച്ചു.
അപ്പോഴാണ് എന്റെ അച്ഛൻ സംഭവസ്ഥലത്ത് പിടഞ്ഞു മരിച്ചതും
വീട്ടിൽ രണ്ടു പെങ്ങൻമാർ മാത്രമേ ഉള്ളവെന്നും ഞാൻ മരിച്ചതായി
കരുതിയിട്ടുണ്ടാകുമെന്നൊക്കെ പറഞ്ഞത്. ദുരിതവും ദുരന്തവും നിറഞ്ഞ
ജീവിതകഥ കേട്ടപ്പം നഴ്സിന്റെ കണ്ണ് നിറഞ്ഞുകഴിഞ്ഞിരുന്നു. കൂടുതൽ
ഒന്നും ചോദിക്കാതെ അവർ എന്റെ അഡ്രസ് വാങ്ങി വീട്ടിലേക്കൊരു
കത്തെഴുതി. ആ കത്ത് വീട്ടിലെത്തിയ ശേഷമാണ് ബന്ധുക്കളും മറ്റും
ഞാൻ ജീവിച്ചിരിപ്പുണ്ടെന്നറിഞ്ഞ് എന്നെ കാണാനെത്തിയത്. അതിനു
ശേഷം അവിടെയുള്ള നഴ്സുമാർ നല്ല പരിചരണമാണ് ഞങ്ങൾക്ക്
നൽകിയത്. അവരുടെ മുഖങ്ങളൊന്നും മരണംവരെ മറക്കാനാവില്ല.
അത്രമാത്രം ആത്മാർത്ഥതയോടെയാണ് അവർ ഇടപെട്ടത്."

തടവറയിൽ എതിരേറ്റത് കണ്ണേട്ടന്റെ ചോര

"ആശുപത്രിയിൽ നിന്ന് മൂന്ന് മാസത്തെ ചികിത്സക്കശേഷം നേരെ
വടകര സബ് ജയിലിലേക്കാണ് വന്നത്. ഒഞ്ചിയം സംഭവത്തിൽ 64
പേരെ പ്രതി ചേർത്ത് കേസെടുത്തപ്പോൾ അതിലൊന്ന് ഞാനുമുണ്ടായി
രുന്നു. അതിനാലാണ് ജയിലിൽ അടച്ചത്. അതിനിടയിൽ നാട്ടിലെങ്ങും
കോൺഗ്രസ് ഗുണ്ടകളുടെയും പൊലീസിന്റെയും തേരോട്ടമായിരുന്നു.
അതിനെത്തുടർന്ന് ഒഞ്ചിയത്തിന്റെ ഞങ്ങളുടെ ധീരനേതാവ് മണ്ടാടി
കണ്ണനും കൊല്ലാച്ചേരി കുമാരനും പൊലീസിന്റെ മർദ്ദനത്തിൽ മരിച്ചിരു
ന്നു. വടകരയിലെ സബ് ജയിലിലേക്ക് കാലെടുത്തുവെച്ചതും ആ ചിത്രം
എന്നെ വല്ലാതെ നോവിച്ചു. സബ് ജയിൽ ഭിത്തിയിൽ കണ്ണേട്ടൻ തന്റെ
ചോരകൊണ്ട് അരിവാൾ ചുറ്റിക വരച്ചുവെച്ചത് വ്യക്തമായി കാണാമാ
യിരുന്നു. പൊലീസ് പൊതിരെ തല്ലിയപ്പോൾ തല തകരുകയും ആ
ചോര കൊണ്ട് ചുമരിൽ എഴുതി ചേർക്കുകയും ചെയ്ത കണ്ണേട്ടനെ ഞാൻ
എത്തുന്നതിന് മുമ്പ് കണ്ണൂർ ജയിലിലേക്ക് മാറ്റിയിരുന്നു. പിന്നീട്
ആശുപത്രിയിൽ വെച്ച് മരിക്കുകയായിരുന്നു.

ധീരനായ സഖാവായിരുന്ന കണ്ണേട്ടൻ. പാർട്ടി കെട്ടിപ്പടുക്കുന്നതിൽ
അസാധാരണമായ വൈഭവം സഖാവിനുണ്ടായിരുന്നു. അന്നത്തെ
ജന്മിയായ ഒരാൾ കണ്ണേട്ടനെ അതിക്രൂരമായി മർദ്ദിച്ച് പറമ്പിൽ

തള്ളിയ ശേഷം അന്ന് തല്ലാൻ നേതൃത്വം കൊടുത്തയാളെ പിന്നീട് പാർട്ടിയാക്കിയ കഥയുണ്ട്. ഇന്നത്തെ നേതൃത്വമാണെങ്കിൽ അത്തര ത്തിൽ തല്ലിയ വ്യക്തിയെ തിരിച്ച തല്ലി അയാളെ എക്കാലത്തെയും പാർട്ടിവിരുദ്ധനാക്കും.

കണ്ണേട്ടനെ കിടത്തിയ ജയിലിൽ നിന്നാണ് എന്നെയും മറ്റുള്ളവ രെയും കോടതിയിൽ ഹാജരാക്കിയത്. ചോര പുരണ്ട വസ്ത്രവുമായി ഞാൻ കോടതിയിലെത്തിയപ്പോൾ കാൽ തകർന്ന കുങ്കൻനായർ മുളകൊണ്ടുള്ള വടി കുത്തിയാണ് നടന്നിരുന്നത്. ഇതൊക്കെ കണ്ട് മജിസ്ട്രേറ്റിനു പോലും വല്ലാതെ ദയ തോന്നിയിരുന്നു. അവിടെ നിന്ന് കണ്ണൂർ ജയിലിലേക്ക് മാറ്റിയ ഞങ്ങൾ ഒന്നര വർഷത്തോളം അവിടെ കിടന്നു.

പിന്നീട് ഒഞ്ചിയം സമര നേതാക്കളെ സന്ദർശിക്കാൻ ഇവിടെയെ ത്തിയ മഹാനായ എ.കെ.ജി. എന്റെ വീട്ടിലും വന്നിരുന്നു."

(അഭിമുഖം: പി.എം. ജയൻ)

ചുവന്ന മണ്ണിൽ
പതാകവാഹകൻ
പടിഞ്ഞാറ്റോടി കണ്ണൻ

"മണ്ടോടി കണ്ണനായിരുന്ന ഞങ്ങളുടെ ഗുരു. ഒഴിച്ചിട്ട വീടും ആളി ല്ലാത്ത ഇടവഴിയുമായിരുന്ന സ്റ്റഡി ക്ലാസിനു വേണ്ടി അന്ന് തെരഞ്ഞെടുത്തിരുന്നത്. ഞങ്ങളുടെ കയ്യിൽ ഒരുപെട്ടി ശീട്ടുമുണ്ടാകും. വഴിയരികില്ലടെ പോകുന്നവർ വിചാരിക്കും കളിക്കുകയാണെന്ന്. എന്നാൽ നാട്ടിലെ പട്ടിണിയും വസൂരിയും ജന്മിമാരുടെ ക്രൂരതയും എല്ലാം വിഷയമാക്കിയുള്ള ചർച്ചകളാണ് മണ്ടോടി ആ സമയം പകർ ന്നുനൽകിയിരുന്നത്. അന്നെനിക്ക് വയസ്സ് 15 ആണ്. മുക്കാളിയിലാണ് കൊടിയും പിടിച്ച് വൈകുന്നേരങ്ങളിൽ പോകുന്നത്. മണ്ടോടിയെ കൂടാതെ ടി.ചാത്തു, കേളനായർ, കുഞ്ഞിരാമൻ തുടങ്ങിയവരുമുണ്ടാകും. സഖാവ് കണ്ണേട്ടനാണ് അന്ന് കൂട്ടത്തിൽ മുതിർന്ന ആൾ. ഏതാണ്ടൊരു 30 വയസ്സ് അന്നുണ്ടായിരുന്നു.

1939ലാണ് ഞാൻ പാർട്ടിയംഗമാകുന്നത്. 47 അവസാനം വരെ അംഗത്വത്തിൽ തുടർന്നു. പിന്നീട് മൊകേരിയിലും കൊയിലാണ്ടി യിലുമെല്ലാം കമ്മ്യൂണിസ്റ്റുകാരെ വേട്ടയാടിയ സംഭവത്തിൽ പാർട്ടി കാർഡ് തിരിച്ചേൽപ്പിക്കാൻ പറഞ്ഞു. നിർദ്ദേശം അംഗീകരിച്ചു. 1948 ഏപ്രിൽ 30നാണ് ഒഞ്ചിയത്ത് വെടിവെപ്പ് നടന്നത്. ഒളിവില്ലുള്ള കമ്മ്യൂണിസ്റ്റുകാരെ പിടിക്കുന്നതിന് എം.എസ്.പിക്കാർ വന്നതിനെ തുടർന്നാണ് വെടിവെപ്പ് നടന്നത്. സഖാക്കൾ കേള ഏട്ടൻ, പി.ആർ കുമാരൻ മാസ്റ്റർ, യു.കുഞ്ഞിരാമൻ എന്നിവരാണ് യോഗം ചേരാൻ എത്തിയിരുന്നത്. സഖാവ് ഇ.എം.എസ്, എന്റെ അളിയൻ പോയിൽ

കണ്ണേട്ടന്റെ വീട്ടിൽ ഒളിവിലും തെളിവിലും കഴിഞ്ഞിരുന്നു. ഇ.എം. എസ്സിനെപ്പോലെയുള്ള കമ്മ്യൂണിസ്റ്റ് നേതാക്കന്മാർ ഒഞ്ചിയത്തിന്റെ മണ്ണ് പരുവപ്പെടുത്തിയെടുക്കുന്നതിൽ വലിയ പങ്കാണ് വഹിച്ചത്.

നാൽപ്പത്തിയെട്ടിന്റെ പോരാട്ടവഴിയും അറസ്റ്റും

ഒഞ്ചിയത്ത് കമ്മ്യൂണിസ്റ്റ് നേതാക്കന്മാരുടെ യോഗം നടക്കുന്ന വിവരം പൊലീസുകാരെ അറിയിച്ച് ഒറ്റുകൊടുത്തത് ടി.കെ വാസുവായിരുന്നു. വാസു കേളു ഏട്ടന്റെ എസ്കോർട്ടായിരുന്നു കുറേക്കാലം. 47-ൽ ജയിലിൽ കിടന്നിട്ടുണ്ട്. യോഗത്തിൽ എത്തേണ്ട വാസു വരാത്തതിൽ സംശയം തോന്നിയ നേതാക്കന്മാരാണ് യോഗം അടിയന്തരമായി മറ്റൊരിടത്തേക്ക് മാറ്റണമെന്ന് ആവശ്യപ്പെട്ടത്. എന്റെ വീട്ടിലായിരുന്ന ആദ്യം യോഗം ചേരാൻ നിശ്ചയിച്ചിരുന്നത്. എം.എസ്.പി വരുമെന്ന ധാരണ എല്ലാവർക്കുമുണ്ടായിരുന്നു. പുലർകാലെ അവർ വരികയും ചെയ്തു. മുക്കാളിയിൽ അവരെത്തുന്ന വിവരം നൽകുന്നതിന് വളണ്ടിയർ സഖാക്കളെ വിന്യസിച്ചിരുന്നു. അവിടെ മാത്രമല്ല, വഴികളിലെ പറമ്പുക ളിലെല്ലാം ഉറക്കമൊഴിച്ച് വളണ്ടിയർ സഖാക്കൾ ഇരുട്ടിന്റെ മറപിടിച്ച് ഒളിച്ചിരുന്നു. എം.എസ്.പി മുക്കാളിയിൽ ഇറങ്ങിയ ഉടനെ എല്ലാ ഭാഗ ത്തുനിന്നും പിന്നീട് മെഗാഫോണിന്റെ ശബ്ദമായിരുന്നു. സഖാക്കളേ, ഒഞ്ചിയത്ത് എം.എസ്.പിക്കാർ ഇറങ്ങിയിരിക്കുന്നുവെന്ന്.

അവർ ആദ്യം ചെന്നത് സഖാവ് മണ്ടോടി കണ്ണന്റെ വീട്ടിലായിരുന്നു. എന്നാൽ കണ്ണനെ അവിടെ കണ്ടില്ല. പുലർകാലത്ത് മെഗാഫോണിന്റെ ശബ്ദം കേട്ട് ഞാൻ പുറത്തേക്ക് പോകാൻ ഒരുങ്ങിയപ്പോൾ അച്ഛൻ

കേളു ഏട്ടൻ

സമ്മതിച്ചില്ല. എന്റെ പെങ്ങൾ പ്രസവി ക്കാൻ വീട്ടിൽ വന്ന സമയമായിരുന്നു അത്. ഞാൻ പോയാൽ പിന്നെ വീട്ടിൽ അച്ഛൻ മാത്രമേ ഉണ്ടാകൂ എന്നുള്ളതുകൊ ണ്ടാണ് അച്ഛൻ പറഞ്ഞത്. എന്നാൽ എനിക്ക് ഉറപ്പായിരുന്നു എം.എസ്. പിക്കാർ എന്നെ പിടിക്കുമെന്ന്. ഞാൻ വിചാരിച്ച പോലെ സംഭവിച്ചു. വടക്കുനി ന്നും തെക്കുനിന്നും വീടുവളഞ്ഞ് അവർ വിസിലടിച്ചു. കോലായിൽ ഇരുന്ന ഞാൻ എം.എസ്.പിക്കാരെ കണ്ട് എഴുന്നേറ്റില്ല. വന്നപാടെ എഴുന്നേൽക്കാത്തതുകൊണ്ട്

ആദ്യത്തെ അടി എന്റെ കരണത്തേക്കായിരുന്നു. ശരീരമാസകലം അടിച്ചതിനുശേഷം എന്നെ കൊണ്ടുപോയത് മൂരികളെ കെട്ടിയ ആലയുടെ പിൻവശത്തേക്കാണ്. 'പി.ആർ സ്ക്വയറും കെ.പി.ആർ നഗറും' എന്ന് പരിഹസിച്ചുകൊണ്ടാണ് പിന്നത്തെ അടി മുഴുവനും. കുറേ കഴിഞ്ഞപ്പോൾ എസ്.ഐ പേരു ചോദിച്ചു. അതിനുശേഷം അയാൾ കീശയിൽ നിന്നും ഒരു കടലാസെടുത്ത് നിവർത്തിപ്പിടിച്ചു. അതിൽ കുറേയാളകളുടെ പേരുകളണ്ടായിരുന്നു. കൂട്ടത്തിൽ എന്റെ പേരും. വീണ്ടും ക്രൂരമായ അടിയായിരുന്നു. സഹിക്കാൻ വയ്യാതായപ്പോൾ ഞാൻ ലാത്തി പിടിച്ചു. അപ്പോൾ പിന്നെ മൂന്നനാല് പേർ വളഞ്ഞിട്ട് കൈ കൊണ്ടായി അടി. ആലയുടെ പിറകിലെ വരമ്പത്ത് നിന്ന ഞാൻ പെട്ടെന്ന് താഴെ പറമ്പിലേക്ക് മറിഞ്ഞു. ഉടനെ എഴുന്നേറ്റ് കിഴക്കോട്ട് ഓടി. അവർ ലാത്തികൊണ്ട് എറിഞ്ഞെങ്കിലും എനിക്കത് കൊണ്ടില്ല. വയലിനെ ലക്ഷ്യമാക്കി ഓടി. അപ്പോഴേക്കും അവിടെയെല്ലാം ആളുകൾ നിറഞ്ഞിരുന്നു.

ഞാൻ ഓടിപ്പോയതിന് അവർ പിന്നീട് എന്റെ അച്ഛനെ ചോദ്യം ചെയ്ത് പിടിച്ചു. ഏട്ടൻ താമസിക്കുന്ന വീട്ടിലേക്ക് ചെന്നു. ആ സമയം ഏട്ടൻ വാതിൽ തുറന്ന് പുറത്തേക്കിറങ്ങാൻ നോക്കുകയായിരുന്നു. പിറകു വശത്തെ വാതിൽ ചവിട്ടിപ്പൊളിച്ച് എം.എസ്.പിക്കാർ അകത്തു കയറി. കച്ചവടാവശ്യാർത്ഥം ഏട്ടൻ സൂക്ഷിച്ച കാശുമുഴുവൻ അവർ കൊണ്ടുപോയി. അച്ഛൻ ചോയിയേയും ഏട്ടൻ കണാരനേയും അറസ്റ്റ് ചെയ്ത് കൊണ്ടുപോകുമ്പോൾ രണ്ടു വയൽക്കരയില്ലുമായി സമാന്തര മായി ജനം ഒഴുകിയെത്തി. അവരെ വിട്ടുതരണമെന്ന് ആവശ്യപ്പെട്ടു. അങ്ങനെയാണ് ചേന്നാട്ടുതാഴ വയലിലേക്ക് അച്ഛനേയും ഏട്ടനേയും കൊണ്ട് എം.എസ്.പിക്കാർ എത്തിയത്. അപ്പോഴേതാണ്ട് നേരം പുലർന്നിരുന്നു. ആറര മണിയായിക്കാണും. പിരിഞ്ഞുപോയില്ലെങ്കിൽ വെടിവെക്കുമെന്ന് പറഞ്ഞപ്പോഴാണ് പരവൻ കേളപ്പൻ തോക്കുച്ച ണ്ടിയ എം.എസ്.പിക്കാരുടെ കയ്യിൽ ചാടിപ്പിടിച്ചത്. അതോടെയാണ് വെടിവെപ്പ് ആരംഭിച്ചത്. അപ്പോൾ ഞാൻ ആൾക്കൂട്ടത്തിനിടയിലായി രുന്നു. അച്ഛനും ഏട്ടനും എം.എസ്.പിക്കാർക്ക് പിറകിലും. വെടിവെപ്പ് ആരംഭിച്ചതോടെ എല്ലാവരും ചിതറിത്തെറിച്ചു. അച്ഛനും ഏട്ടനും സ്ഥലത്തുനിന്ന് രക്ഷപ്പെട്ടു.

ഒളിവും തെളിവും ജയിലും

വീട്ടിലേക്ക് തിരിച്ചുവന്ന എന്നെ അവിടെ നിൽക്കാൻ ആരും സമ്മതി ച്ചില്ല. എം.എസ്.പിക്കാർ വരും. അതുകൊണ്ട് ഉടൻ വീടൊഴിയുന്നതാണ്

നല്ലതെന്ന് അവർ പറഞ്ഞു. കുന്തുമ്മക്കരയിൽ എന്റെ ബന്ധുവീട്ടുണ്ട്. പുല്ലാഞ്ഞോളി. ആലയിൽ കെട്ടിയിരുന്ന ആടുകളേയും കൊണ്ട് ഞാൻ അവിടേക്ക് പോയി. ഞങ്ങൾ വീട്ടിൽ നിന്ന് ഇറങ്ങിയയുടനെ എം.എസ്. പിക്കാർ ഞങ്ങളേയും തേടി അവിടെ വന്നിരുന്നു.

ഒഞ്ചിയത്ത് പിന്നീട് പൊലീസിന്റേയും ചെറുപയർ പട്ടാളത്തിന്റേയും തേർവാഴ്ചയായിരുന്നു. ഞങ്ങളെപ്പോലുള്ള സഖാക്കളെല്ലാം പല വീട്ടക ളിലുമായി ഒളിവിൽ താമസിച്ചു. ഞാൻ ഓർക്കാട്ടേരിയിൽ പുത്തൻ പുരയിൽ എന്ന വീട്ടിലാണ് രാത്രിയിൽ കഴിഞ്ഞിരുന്നത്. കുറച്ച ദിവ സങ്ങൾക്കു ശേഷം പാർട്ടി നേതാക്കന്മാർ പൊലീസുമായുണ്ടാക്കിയ ധാരണപ്രകാരം ഞാനും അച്ഛനും ഏട്ടനും കീഴടങ്ങി. ഞങ്ങളെ കൊണ്ട പോയത് വടകര ലോക്കപ്പിലേക്കായിരുന്നു. അവിട്ടന്ന് എന്നെ കണ്ണൂർ സെൻട്രൽ ജയിലിലേക്കും. ഒന്നര വർഷമാണ് ഞാൻ ജയിലിൽ കഴിഞ്ഞത്. അതിനിടയിൽ എണ്ണമറ്റ കമ്മ്യൂണിസ്റ്റ് നേതാക്കളെ പരി ചയപ്പെടാനും അനുഭവങ്ങൾ പങ്കുവെക്കാനും കഴിഞ്ഞു. അതെല്ലാം മനസ്സിൽ തിളങ്ങുന്ന ഓർമ്മയായി നിൽക്കുന്നുണ്ട്. വെടിവെപ്പുകേസിൽ സർക്കാർ തോൽക്കുകയാണുണ്ടായത്. മദ്രാസിൽ നിന്നും പിള്ളയെ കൊണ്ടുവന്നാണ് ഞങ്ങൾ വാദിച്ചത്. നഷ്ടപരിഹാരം നൽകണമെന്ന് കോടതി വിധിച്ചിരുന്നു. എന്നാൽ പാർട്ടി അതു വേണ്ടെന്ന തീരുമാന മാണ് എടുത്തത്. ജയിലിൽ നിന്ന് തിരികെയെത്തിയപ്പോഴും പൊലീസ് പാർട്ടി പ്രവർത്തകരെ പല രീതിയിലും വേട്ടയാടി. കള്ളക്കേസുകൾ നിരവധിയായിരുന്നു. പലരേയും അറസ്റ്റ് ചെയ്തിരുന്നു.

ഏറെക്കാലം കേസും ജയിലുമായൊക്കെ കഴിഞ്ഞ എന്നെയോർ ത്ത് അമ്മ വളരെയേറെ കരഞ്ഞിരുന്നു. ഏറെ മനം നൊന്താണ് അമ്മ മരിച്ചത്. എങ്കിലും നാടിനുവേണ്ടിയുള്ള ഒരു സമരത്തിൽ ഞങ്ങളൊക്കെ വലിയ കഷ്ടപ്പാടുകൾ അനുഭവിച്ചാണ് പങ്കുചേർന്നത്. സ്വന്തം സുഖം ഞങ്ങളൊന്നും നോക്കിയിട്ടില്ല.

കേളു ഏട്ടനേയും സി.എച്ചിനേയുമെല്ലാം യോഗസ്ഥലങ്ങളിൽ എത്തിക്കുകയും തിരിച്ചുകൊണ്ട് പോരുകയും ചെയ്ത എത്രയോ അനു ഭവങ്ങൾ ഞങ്ങളെപ്പോലുള്ളവർക്കുണ്ട്. അവരുടെയെല്ലാം ജീവിതം ഞങ്ങൾ അടുത്തുനിന്ന് കണ്ടറിഞ്ഞവരാണ്."

(പടിഞ്ഞാറ്റോടി കണ്ണന്റെ ഓർമയിൽ നിന്ന്)

ഒഞ്ചിയം കേസിലെ പ്രതികൾ

1. മൂക്കാട്ട്കുനി കുഞ്ഞാപ്പ

2. കാറ്റാടിമേൽ ചോയി

3. ചാക്കേരി മീത്തൽ കുങ്കൻനായർ

4. പൂനത്തിൽ കണാരൻ

5. പൂനത്തിൽ ഗോവിന്ദൻ മാസ്റ്റർ

6. തച്ചറത്ത് ഗോവിന്ദൻ നമ്പ്യാർ

7. പൊയിൽ ആണ്ടി

8. കാവുന്തൊടി ഗോവിന്ദൻ

9. വേവറമീത്തൽ കണ്ണൻ

10 വേവറമീത്തൽ ബാപ്പ

11 നട്ടക്കണ്ടി താഴകുനി കണാരൻ

12 തയ്യിൽ പൊയിൽ കണ്ണൻ

13 പൂന്നോല നാണു

14 പൂന്നോല കട്ടങ്ങ്യാൻ

15 പറവർകണ്ടിതാഴ പൊക്കൻ

16 തോട്ടത്തിൽ ചാത്തു

17 തയ്യിൽ കണ്ണൻ

18 കോവുമ്മൽ ചെക്ക

19 മനക്കൽതാഴ കട്ടങ്ങ്യാൻ

20 പടിഞ്ഞാറത്ത് കോരൻ

21 കുറ്റിൽ പൊയിൽ ചാത്തു

22 തെക്കയിൽ പറമ്പത്ത് കണാരൻ

23 തെക്കയിൽ പറമ്പത്ത് ചാത്തു

24 പോടിക്കണ്ടി കേളപ്പക്കുറുപ്പ്

25 എം.ആർ നാരായണക്കുറുപ്പ്

26 ചാത്തങ്കണ്ടി കണാരൻ

27 ചാത്തങ്കണ്ടി കേളപ്പൻ

28 പടിഞ്ഞാറ്റോടി കുമാരൻ

29 കെ.കെ ബാലൻ പണിക്കർ

30 കെ.കെ ചാത്തു

31 കെ.കെ കൃഷ്ണൻ

32 എ.എം കണ്ണൻ

33 പി.വി പൊക്കിണൻ മാസ്റ്റർ

34 ചൊണ്ണീന്റുവിട കണാരൻ

35 പീറ്റക്കണ്ടി ചോയി

36 കോറോത്ത്കണ്ടി കുമാരൻ മാസ്റ്റർ

37 പടിയുള്ളതിൽ ചാത്തു ചെട്ട്യാർ

38 അങ്ങാടിത്താഴ ഗോപാലൻ മാസ്റ്റർ

39 പട്യാട്ട് കേളപ്പൻ

40 ചെറുവങ്ങാട്ട്കുനി പൊക്കൻ

41 പുതുക്കുടി മീത്തൽ ഗോവിന്ദൻ

42 മണ്ടോടി കണ്ണൻ

43 കൊല്ലാച്ചേരി കുമാരൻ

44 കല്യാട്ട് പുതിയെടുത്ത് കേളനമ്പ്യാർ

45 പടിഞ്ഞാറത്ത് മീത്തൽ കേളപ്പൻ

46 നടുക്കണ്ടി പൊയിൽ കണ്ണൻ

47 ഇല്ലത്ത് കണ്ണൻ

48 തച്ചരത്ത് അനന്തൻ നമ്പ്യാർ

49 പൊയിൽ കണാരൻ

50 കണിയാന്റവിട അച്ച

51 കുളങ്ങര കണ്ണൻ

52 മനക്കത്തൊഴ ഗോവിന്ദൻ

53 ഇടവലത്ത് കൃഷ്ണൻ നമ്പ്യാർ

54 വണ്ണാറത്ത് ചാത്തു

55 എം.എം ചോയിക്കുട്ടി

56 തൈക്കണ്ടി ആണ്ടി മാസ്റ്റർ

57 കുറ്റിയിൽ മീത്തൽ കേളപ്പൻ

58 പുളിയുള്ളതിൽ കണ്ണൻ

59 പുത്തൻപുരയിൽ കണ്ണൻ

60 ടി.സി കുഞ്ഞിരാമൻ മാസ്റ്റർ

61 പുറവിൽ മീത്തൽ കണ്ണൻ

62 തെക്കയിൽ പറമ്പത്ത് ചോയി

63 വടേക്കണ്ടി ചാത്തു

64 ആയാട്ട് ആണ്ടി

പ്രമുഖ ചരിത്രകാരനും കാലിക്കറ്റ് സർവകലാശാലാ മുൻ വൈസ് ചാൻസലറുമായ ഡോ.കെ.കെ.എൻ കുറുപ്പ് ഒഞ്ചിയം സമരത്തെ വില യിരുത്തി എഴുതിയത് ഇങ്ങനെയാണ്:

"രണ്ടാം ലോകമഹായുദ്ധാനന്തരം ഇന്ത്യ പോലുള്ള കോളനി രാജ്യ ങ്ങളിൽ സ്വാതന്ത്ര്യത്തിനു ശേഷമുള്ള സ്ഥിതിവിശേഷങ്ങൾ വിപ്ലവക രമായ രാഷ്ട്രീയ മാറ്റത്തിനുവേണ്ടി ഉപയോഗപ്പെടുത്തുവാൻ ഇന്ത്യൻ കമ്മ്യൂണിസ്റ്റ് പാർട്ടി ശ്രമിക്കുകയുണ്ടായി. അതിന്റെ പശ്ചാത്തലത്തിലാ യിരുന്ന 1948ൽ കൽക്കത്താ സമ്മേളനത്തിൽ സ്വീകരിക്കുകയുണ്ടായ കൽക്കത്താ തീസിസ്.

മലബാറിന്റെ ഒഞ്ചിയം പോലുള്ള സമരങ്ങളും മയ്യഴിയിലെ വിമോച നസമര പ്രസ്ഥാനവും മറ്റും ഈ പശ്ചാത്തലത്തിൽ വിലയിരുത്തേണ്ട ചരിത്ര വസ്തുതകളാണ്. തീവ്രമായ ബഹുജന സമരത്തിന്റെ ഒരുദാഹ രണമാണ് ഒഞ്ചിയം.

കുറുമ്പ്രനാട് താലൂക്ക് കമ്മ്യൂണിസ്റ്റുകാരുടെ ഒളിവില്ലുള്ള ഒരു യോഗം 1948 ഏപ്രിൽ 29ന് ഒഞ്ചിയം ഗ്രാമത്തിൽ ചേരുവാൻ നിശ്ചയിച്ചിരുന്നു.

താലൂക്ക് കമ്മിറ്റിയുടെ പ്രതിനിധിയായി കൽക്കത്താ കോൺഗ്രസിൽ പങ്കെടുത്തിരുന്ന എം.കെ കേളു ഭാവി പരിപാടികൾ ആസൂത്രണം ചെയ്യാൻ ഈ യോഗത്തിൽ എത്തേണ്ടതുണ്ടായിരുന്നു. താലൂക്ക് കമ്മിറ്റിയംഗങ്ങളായിരുന്ന പി.ആർ നമ്പ്യാർ, പി.പി ശങ്കരൻ, എ.കെ രാമൻ, പി.രാമക്കുറുപ്പ്, ടി.കെ.കെ അബ്ദുള്ള, ഇ.സി അപ്പ നമ്പ്യാർ, എ.കെ കൃഷ്ണൻ നായർ, കെ.പി കുഞ്ഞിരാമൻ, എം.ഗോപാലകുറുപ്പ്, എം.കുമാരൻ, പ്രത്യേക പ്രതിനിധി ടി.സി ചാത്തു എന്നിവർ ഈ യോഗത്തിൽ പങ്കെടുത്തു. ഈ രഹസ്യ യോഗത്തിന്റെ വിവരം കെ.പി. സി.സി താലൂക്ക് കമ്മിറ്റി പ്രസിഡണ്ടിന് ലഭിക്കുകയും, ആ വിവരം ലഭിച്ചതനുസരിച്ച് അർദ്ധരാത്രി ഒരു പൊലീസ് സംഘം എത്തിച്ചേരുകയും ചെയ്തു.

സ്പെഷ്യൽ ബ്രാഞ്ചിന്റെ പ്രവർത്തനത്തിന് മേൽനോട്ടം വഹിച്ചിരുന്ന ഇൻസ്പെക്ടർ കമ്മ്യൂണിസ്റ്റുകാരിൽ നിന്നും അക്രമം പ്രതീക്ഷിച്ചിരുന്നുകൊണ്ട് അദ്ദേഹം എം.എസ്.പിക്കാരോടുകൂടി ഗ്രാമത്തിലേക്ക് മാർച്ചചെയ്തു. അവിടത്തെ ഒരു കമ്മ്യൂണിസ്റ്റുകാരനായ മണ്ടോടി കണ്ണന്റെ വീട് അവർ രാവിലെ 4 മണിയോടുകൂടി പരിശോധിച്ചു. ഉറങ്ങുന്നവരെപ്പോലും പൊലീസ് ഭേദ്യം ചെയ്തു. കോൺഗ്രസുകാരുടെ സമിതിയായ ഗ്രാമരക്ഷാ സമിതിയിലെ അംഗങ്ങൾ പിന്നീട് പൊലീസിനെ പുളിയുള്ളതിൽ ചോയിയുടെ വീട്ടിലേക്ക് കൂട്ടിക്കൊണ്ടു പോയി. പിടികിട്ടേണ്ട കമ്മ്യൂണിസ്റ്റുകാരെ കാണിച്ചുകൊടുക്കാൻ അവർ അയാളോട് ആവശ്യപ്പെട്ടു. അയാളിൽ നിന്നും ആവശ്യമായ വിവരം ലഭിക്കാത്തതിനാൽ അയാളെയും മകൻ കണാരനേയും കസ്റ്റഡിയിലെടുത്തു. രണ്ടു പേരെയും പൊലീസ് മർദ്ദിച്ചു. അവർ നിലവിളി കൂട്ടുകയും

എം.ആർ നാരായണക്കുറുപ്പ്

നാട്ടുകാർ തടിച്ചുകൂട്ടുകയും ചെയ്തു. അവരുടെ അറസ്റ്റും പൊലീസിന്റെ വരവും മെഗാഫോൺ വഴി വിളിച്ചറിയിക്കപ്പെട്ടു. 30ന് പ്രഭാതത്തിൽ ചൂട്ട് കത്തിച്ച പിടിച്ചുകൊണ്ട് കൂടുതൽ നാട്ടുകാർ തടിച്ചുകൂടി. പൊലീസ് അറസ്റ്റുചെയ്തവരെയും കൂട്ടി ചേനാട്ട് വയലിലേക്ക് തിരിച്ചു. അവിടെയും നാട്ടുകാർ തടിച്ചുകൂടി. പൊലീസ് എന്തധികാരമുപയോഗിച്ചാണ് അറസ്റ്റ് ചെയ്തതെന്ന് അവർ ആരാഞ്ഞു.

രാമക്കുറുപ്പ്

അറസ്റ്റുചെയ്തവരെ വിട്ടയക്കണമെന്ന് അവർ ആവശ്യപ്പെട്ടു. കമ്മ്യൂണിസ്റ്റ് പാർട്ടി താലൂക്ക് കമ്മിറ്റിയംഗമായ പി. രാമക്കുറുപ്പ് ചെയ്ത ഒരു ചെറിയ പ്രസംഗത്തിൽ അറസ്റ്റ് ചെയ്തവരെ വിട്ടുകിട്ടാൻ ആവശ്യപ്പെട്ടു. പൊലീസുകാരുടെ യാത്ര നാട്ടുകാർ തടഞ്ഞു. ഉടനെ ഇൻസ്പെക്ടർ നിരായുധരായ ജനക്കൂട്ടത്തിന് നേരെ വെടിവെക്കാൻ ആജ്ഞാപിച്ചു. എങ്കിലും നാട്ടുകാർ പിൻവാങ്ങിയില്ല. പൊലീസ് നിരവധി റൗണ്ട് വെടിവെച്ചു. ജനക്കൂട്ടം യുദ്ധമുറയിലെന്നപോലെ നിലത്ത് കമിഴ്ന്ന് കിടന്നു. അവരിൽ അളവക്കൻ കൃഷ്ണൻ, മേനോൻ കണാരൻ, പുറവിൽ കണാരൻ, പാറോള്ളതിൽ കണാരൻ, വട്ടക്കണ്ടി രാഘട്ടി, ചേരിയിൽ താഴെ ചാത്തു, കാവുംതോടി മീത്തൽ ശങ്കരൻ, വാഴയിൽ പീടികയിൽ ഗോപാലൻ എന്നിങ്ങനെ എട്ടുപേർ സ്ഥലത്ത് മരിച്ചുവീണു. മരിച്ചവരേയും മുറിവേറ്റവരെയും പൊലീസ് ലോറിയിൽ വടകരക്ക കൊണ്ടുപോയി. പോസ്റ്റുമോർട്ടത്തിന് ശേഷം നാട്ടുകാർ വടകരക്കടുത്തുള്ള പുറംകരയിൽ മൃതദേഹങ്ങൾ ഒരേ കുഴിയിൽ സംസ്കരിച്ചു. വൈകുന്നേരം പുതുപ്പണം കയർ തൊഴിലാളികളും ചെയ്ത തൊഴിലാളി യൂണിയനും നിരോധനാജ്ഞ നടപ്പിലാക്കിയിരുന്ന വടകരയിൽ പൊലീസ് വെടിവെപ്പിനെതിരെ പ്രതിഷേധ പ്രകടനം നടത്തി.

രാമക്കുറുപ്പ്, ടി.സി കുഞ്ഞിരാമൻ, കുങ്കൻ നായർ, പി.പി കണ്ണൻ തുടങ്ങിയവർക്ക് വെടിവെപ്പിൽ പരിക്കുപറ്റി. കലാപം നടത്തിയതിന് 64 പേർക്കെതിരെ പൊലീസ് കേസ് ചാർജ്ജ് ചെയ്തു. ഈ 'കലാപം' നടന്നപ്പോൾ സ്ഥലത്തില്ലാതിരുന്ന പലരേയും പൊലീസ് പ്രതിക ളാക്കി. കമ്മ്യൂണിസ്റ്റുകാരേയും അവരോടനുഭാവമുള്ളവരേയും അറസ്റ്റ ചെയ്യാൻ വളണ്ടിയർ സേന ഉപദേശിച്ചതുകൊണ്ട മാത്രമാണ് അവരിൽ പലരേയും കേസിൽ പ്രതികളാക്കിയത്. ഈ പ്രതികളെ അറസ്റ്റ് ചെയ്യുന്നതിലും പൊലീസ് മർദ്ദനമുറ നടപ്പിലാക്കി. മണ്ടോടി കണ്ണൻ, കൊല്ലാച്ചേരി കുമാരൻ എന്നീ രണ്ട് പ്രതികൾ മരിച്ചത് മർദ്ദനം കൊണ്ടാ യിരുന്നു. യഥാർത്ഥ പ്രതികളെ കിട്ടാതെ വന്നപ്പോൾ അവരുടെ ബന്ധുക്കളേയും പൊലീസ് പ്രതികളാക്കി. കമ്മ്യൂണിസ്റ്റ് വളണ്ടിയർ

ക്യാപ്റ്റനായ നാണവിനെ കണ്ടുകിട്ടാതിരുന്നപ്പോൾ ഒരധ്യാപകനും നാണവിന്റെ ഇളയച്ഛനുമായ കോറോത്ത്കണ്ടി കുമാരൻ മാസ്റ്ററെ പ്രതിയാക്കി. ഒരു കമ്മ്യൂണിസ്റ്റ് അനുഭാവിയും വടകരയിലെ നെയ്ത്ത് തൊഴിലാളി സഹകരണ സംഘം സെക്രട്ടറിയുമായ പി. ചാത്തുവിനെ കേസിൽ ഉൾപ്പെടുത്തിയത് അയാളുടെ പ്രാദേശിക എതിരാളികൾ ആവശ്യപ്പെട്ടിട്ടായിരുന്നു. ചോമ്പാലയിൽ കോൺഗ്രസുകാരനായ കൃഷ്ണക്കുറുപ്പ് നടത്തിവന്ന സ്കൂളിന്റെ സമീപം കല്ലാമലയിൽ ചാത്തു ആൺകുട്ടികളുടെ ഒരു സ്കൂൾ നടത്തിയിരുന്നു. രാഷ്ട്രീയ സമ്മർദ്ദം കാരണം ചാത്തുവിന്റെ സ്കൂളിന് അംഗീകാരം ലഭിച്ചില്ല. ചാത്തുവാകട്ടെ നൂൽ കച്ചവടരംഗത്തുനിന്നും മൊത്ത വ്യാപാരികളേയും പ്രധാന നെയ്ത്ത് മുതലാളിമാരേയും ഒഴിവാക്കി സഹകരണ പ്രസ്ഥാനം വളർത്തിയെടു ക്കുവാൻ പരിശ്രമിച്ചത് സ്ഥാപിത താൽപര്യക്കാർ ഇഷ്ടപ്പെട്ടിരുന്നില്ല. അയാൾ നൂൽ പെർമിറ്റുകൾ ദുര്യോഗപ്പെടുത്തുന്നു എന്ന് അവർ കെ.പി. സി.സിക്കും മറ്റും പരാതി അയച്ചിരുന്നു. സഹകരണ ഡിപ്പാർട്ട്മെന്റ് ഈ കാര്യത്തിൽ അന്വേഷണം നടത്തുകയും പരാതിക്ക് അടിസ്ഥാ നമില്ലെന്ന് വിധിക്കുകയും ചെയ്തു. പക്ഷെ എതിരാളികൾ അയാൾ സൊസൈറ്റി കെട്ടിടത്തിൽ വെച്ച് മെയ് മാസത്തിൽ കമ്മ്യൂണിസ ത്തെപ്പറ്റി സംസാരിച്ചു എന്ന പേരിൽ പൊലീസിനെ കൊണ്ട് അറസ്റ്റ് ചെയ്യിപ്പിച്ചു. ജൂൺ മാസത്തിൽ അയാൾ ജാമ്യത്തിൽ പുറത്തുവന്ന പ്പോൾ ഒഞ്ചിയം കേസിലെ പ്രതിയായി തീർന്നു.

പ്രാഥമിക കോടതി പ്രതികൾ 15 പേർ നിരപരാധിയാണെന്ന് വിധിച്ച കേസ് തലശ്ശേരി സെഷൻസ് കോടതിയിൽ വിചാരണക്കു വന്നപ്പോൾ പ്രതികളുടെ വാദം അറസ്റ്റും പരിശോധനയും നിയമവി ധേയമല്ലെന്നായിരുന്നു. കോൺഗ്രസ് വളണ്ടിയർമാരും പൊലീസും ഒഞ്ചിയത്തും മറ്റ പ്രദേശങ്ങളിലും ഭീകരമുറകൾ നടപ്പാക്കിയെന്നും പൊലീസിനും വില്ലേജ് മജിസ്ട്രേറ്റിനും ഇഷ്ടപ്പെടാത്ത പ്രമാണിക ളേയും സാധാരണക്കാരെയും കേസിൽ പ്രതികളാക്കിയെന്നും അവർ വാദിച്ചു. കേസിൽ ഹാജരാക്കിയ തെളിവുകൾ മെഗാഫോണും കല്ലും മറ്റുമായിരുന്നു. ജഡ്ജി ഒരു കലാപം നടന്നു എന്ന് കണ്ടെത്തിയപ്പോഴും, പൊലീസ് ചാർജ്ജ് ചെയ്തതുപോല്ലുള്ള ഒരു സംഭവം വിശ്വസിക്കുവാൻ തയ്യാറായില്ല. പ്രോസിക്യൂഷൻ സാക്ഷികളിൽ പലരുടേയും മൊഴികൾ അദ്ദേഹത്തിന് വിശ്വാസമായില്ല. ഒരു പ്രവി കൗൺസിൽ കേസിൽ (രാജാവിനെതിരെ ഭൂട്ടാനിസാഹ കേസ്, എം.ഡബ്ല്യൂ.എൻ. 116, 1949) സാക്ഷികളെപ്പറ്റി നൽകിയ സാമാന്യ നിരീക്ഷണം ഈ കേസിൽ

ഒഞ്ചിയം രക്തസാക്ഷി സ്ക്വയർ

ബാധകമാണെന്ന് അദ്ദേഹം സമർത്ഥിച്ചു.

യഥാർത്ഥ അപകടം അയാൾ ഒരു കഥയുടെ പൊതുവായ സത്യസ്ഥിതി പറയുകയും അതോടൊപ്പം സത്യമല്ലാത്ത കഥയുടെ ബാക്കിഭാഗം കെട്ടിച്ചമക്കകയും ചെയ്യുന്നതാണ്. അയാൾ ഒരു കുറ്റ കൃത്യത്തിൽ പത്തുപേരെ ബന്ധിപ്പിക്കുകയും അതിൽ എട്ടുപേരെ സംബന്ധിച്ചിടത്തോളം കഥ മുഴുവൻ വിവരണത്തിൽ ശരിയായി പറയുകയും ചെയ്യാം. പക്ഷെ രണ്ടുപേരെ ഉൾക്കൊള്ളിച്ചത് വ്യക്തി പരമായ വിദ്വേഷത്തിന്റെ പേരിലാണ്. കുറ്റവാളികളോടൊപ്പം കുറ്റം ചെയ്യാത്തവരെ കൂട്ടിച്ചേർക്കുന്ന ഈ പ്രവണത ജഡ്ജിമാർ പലപ്പോഴും നിരീക്ഷിച്ചിട്ടുള്ളതുപോലെ ഇന്ത്യയിൽ കൂടുതലാണ്. കോടതിക്ക് ഇത് തടയുക വളരെ വിഷമം പിടിച്ച കാര്യമാണ്. ഒരു ഇന്ത്യൻ ഗ്രാമീണൻ കുറ്റം ചെയ്തിട്ടില്ലെന്നുള്ള തെളിവുണ്ടാക്കാൻ പറ്റിയ സ്ഥിതിയിലല്ല. ഒരാൾ സ്വന്തം വീട്ടിലുറങ്ങുമ്പോഴോ അല്ലെങ്കിൽ സ്വന്തം വിളവിന് കാവലിരിക്കുമ്പോഴോ ഉണ്ടാകുന്ന ഒരു പ്രത്യേക കുറ്റത്തിന് ചാർജ്ജ് ചെയ്യപ്പെടുകയാണെങ്കിൽ അയാൾക്ക് സ്വന്തം ഭാര്യയുടെയോ കുടും ബാംഗങ്ങളുടെയോ തെളിവുകൾ മാത്രമേ ഒരു ചട്ടമെന്ന നിലയിൽ വിശ്വസനീയമായിട്ടുള്ളൂ. പക്ഷെ അവരുടെ തെളിവിന് വേണ്ടത്ര പ്രാധാ ന്യമില്ലതാനും. കുറ്റം ചെയ്തവരോടൊപ്പം കുറ്റം ചെയ്യാത്തവരേയും ശിക്ഷി ച്ചപോരുന്ന അപകടത്തിനൊരു രക്ഷാവിധി എന്ന നിലയിൽ ഓരോ പ്രതിയേയും പ്രത്യേകിച്ച് ബാധിക്കുന്ന സ്വതന്ത്രമായ തെളിവുകളിൽ

ഉറച്ചനിൽക്കുകയെന്നതാണ്. ഈ വിഷയം സംബന്ധിച്ച വസ്തുതകൾ സർ ജോർജ് റാങ്കിൻ അംബികയുടെ കേസിൽ വേണ്ടത്ര വിവരിച്ചിട്ടുണ്ട്.

വെടിവെപ്പിന്ത്തരവിട്ട ഇൻസ്പെക്ടർ തന്നെയാണ് അന്വേഷണ നടപടികൾക്ക് ഉത്തരവിട്ടതെന്ന് ജഡ്ജി വിമർശിക്കുകയുണ്ടായി. അദ്ദേഹം രേഖപ്പെടുത്തി.

പ്രോസിക്യൂഷൻ ഒന്നാം സാക്ഷിയായ ഇൻസ്പെക്ടർ കേസ് അന്വേഷണം നടത്തുന്നതിനെ ക്രിമിനൽ പോസീഡിയർ കോഡ് തടയു നില്ലെങ്കിലും ഈ സംഭവവുമായി ബന്ധമില്ലാത്ത ഒരാൾ അന്വേഷണം നടത്തുന്നതാണ് അഭിലഷണീയം. അത്തരത്തില്ലുള്ള ഒരാൾക്ക് ഈ കേസ് കുറേക്കൂടി വസ്തുനിഷ്ഠമായി അന്വേഷിക്കുവാനും സത്യം വെളി വാക്കുവാനും ആവശ്യമായ തെളിവുകൾ മാത്രം കോടതിക്ക മുമ്പാകെ കൊണ്ടുവരാനും കഴിയുമായിരുന്നു.

കേസിലെ എല്ലാ പ്രതികളേയും ജഡ്ജി വെറുതെ വിട്ടു. രാത്രിയിൽ വാറണ്ടില്ലാത്ത ഭവനപരിശോധന അത്യന്തം തെറ്റാണെന്ന് അദ്ദേഹം വിധിയെഴുതി. വാസ്തവത്തിൽ കമ്മ്യൂണിസ്റ്റുകാരെ അറസ്റ്റ് ചെയ്യാനെന്ന പേരിൽ പൊലീസുകാരാണ് നാട്ടുകാർക്കെതിരായി മർദ്ദനം അഴിച്ചുവി ട്ടത്. അത് പത്തുപേരുടെ ജീവൻ അപഹരിച്ചു. പലരേയും മുറിവേൽപ്പി ച്ചു. അറസ്റ്റ് ചെയ്യവരെ വിട്ടയച്ചുകൊണ്ട് പൊലീസിന് വേണമെങ്കിൽ വെടിവെപ്പ് ഒഴിവാക്കാമായിരുന്നു. ഒരു വെടിവെപ്പ് ഉണ്ടാകത്തക്ക വിധം നാട്ടുകാർ അവിടെ പ്രകോപനം ഉണ്ടാക്കിയിരുന്നില്ല.

കേസ് കോടതിയിൽ വിചാരണയിലിരിക്കുമ്പോഴും പൊലീസ് തെറ്റായ കളി തന്നെ കളിച്ചു. അവർ പ്രതികളെ കോടതിയിൽ ശിക്ഷി ക്കുകയില്ലെന്ന് മനസ്സിലാക്കി. കെ.പി.ആർ ഗോപാലനും മറ്റും പ്രതി യായിട്ടുള്ള ഒരു കേസിലെ ഈ ജഡ്ജി പ്രതികൾക്ക് സ്വയരക്ഷക്ക് അവകാശമുണ്ടെന്നുള്ള പേരിൽ മൂന്ന് വർഷം കഠിന തടവ് വിധിച്ചിരു ന്നു. അപ്രകാരം ഒഞ്ചിയം കേസിലും അദ്ദേഹം ദയ കാണിക്കുമെന്ന് പൊലീസ് ഭയപ്പെട്ടു. അവർ അദ്ദേഹത്തെ മാറ്റണമെന്ന് ഗവൺമെ ന്റിന് കമ്പി സന്ദേശമയച്ചു. വിചാരണ പൂർത്തിയായ അവസരത്തിൽ കമ്പി സന്ദേശം വഴി ഗവൺമെന്റ് അദ്ദേഹത്തെ എല്ലൂരിലേക്ക് മാറ്റി. പകരം ചാർജെടുക്കുവാൻ വന്ന ജഡ്ജി ടി. കൃഷ്ണൻ നമ്പീശനോട് ഈ കേസിന്റെ വിധി പ്രസ്താവിക്കുന്നതുവരെ കാത്തിരിക്കുവാൻ ജഡ്ജി ഇളസീറാം മുതലിയാർ ആവശ്യപ്പെട്ടു. പൊലീസ് പിന്നീട് ജഡ്ജി വിധിന്യായം എഴുതാതെ പ്രതികളെ വിട്ടുവെന്ന് മറ്റൊരു പരാതി ഹൈക്കോടതിക്ക് അനുവദിച്ചു. രജിസ്ട്രാർ അന്വേഷണം നടത്തുകയും

പരാതി ശരിയല്ലെന്ന് വിധിക്കുകയും ചെയ്തു. ഈ നടപടികളെല്ലാം തന്നെ പൊലീസുകാർ ജുഡീഷ്യറിയോട് ഇന്നത് ചെയ്യണമെന്ന കൽപ്പിക്കുന്നതു പോല്ുള്ള ഒരു സ്ഥിതിയുണ്ടാക്കി.

ഈ കേസിൽ ഗവൺമെന്റ് ഹൈക്കോടതി മുമ്പാകെ അപ്പീൽ കൊടുത്തു. ജസ്റ്റിസ് പഞ്ചാബ് കേശയ്യുടെ മുമ്പാകെ അത് വിചാര ണക്ക വന്നു. കീഴ്ക്കോടതി വിധി അദ്ദേഹം ശരിവെക്കുകയും അപ്പീൽ തള്ളവാൻ അർഹമാണെന്നും 'തള്ളിയിരിക്കുന്നുവെന്നും' വിധി പ്ര സ്താവിച്ചു. കമ്മ്യൂണിസ്റ്റ് പാർട്ടിയും അതിന്റെ പോഷക സംഘടനകളും ഗവൺമെന്റ് നിരോധിച്ചിരിക്കുമ്പോൾ ഈ പ്രതികളുടെയും കമ്മ്യൂണി സ്റ്റുകാരുടേയും ചില പൗരാവകാശങ്ങളെങ്കിലും സംരക്ഷിക്കുവാൻ ഹൈക്കോടതി ശ്രമിച്ചു. ഹൈക്കോടതി കമ്മ്യൂണിസ്റ്റുകാർക്കെതിരെ വിരോധം കൈക്കൊണ്ടില്ല.

കോൺഗ്രസിനെ പിന്താങ്ങിയിരുന്ന മാതൃഭൂമി ദിനപത്രം ഒഞ്ചിയ ത്തെ കമ്മ്യൂണിസ്റ്റുകാർക്കെതിരായി ശക്തമായ നടപടികൾ സ്വീകരിച്ച പൊലീസിനെ അഭിനന്ദിച്ചിരുന്നു. വെടിവെപ്പ നടത്തിയ പൊലീസിനെ കുറ്റപ്പെടുത്തുവാനാവുകയില്ലെന്ന് കോൺഗ്രസ് വളണ്ടിയർമാർ തങ്ങളുടെ കർത്തവ്യം മനസ്സിലാക്കണമെന്നും അത് അനുസ്മരിപ്പിച്ചു. വാസ്തവത്തിൽ കമ്മ്യൂണിസ്റ്റുകാർക്കെതിരെ സ്വേച്ഛാധിപത്യ പ്രവണ തയുള്ള ഗവൺമെന്റ് നടപടികൾ പ്രാദേശിക പത്രങ്ങൾ സ്വാഗതം ചെയ്തു. ബഹുജനങ്ങളുടെ പൗരസ്വാതന്ത്ര്യവും അവകാശങ്ങളും ഫാഷി സ്റ്റുമുറയിൽ ധ്വംസനം നടത്തിയതിനുള്ള ഒരു ഉത്തമ ഉദാഹരണമാണ് ഒഞ്ചിയം സംഭവം."

(അവലംബം: ഒഞ്ചിയം സ്മരണിക)

www.ingramcontent.com/pod-product-compliance
Lightning Source LLC
Chambersburg PA
CBHW051452140726
47987CB00006B/2677